The book primarily attempts to introduce those whose mother tongue is not Tamil to learning of Tamil by the most natural and the simplest method. It adopts the scientific approach, introducing alphabets, words, sentences in that order and application of these in the most common situations of daily life. Situational sentences and conversational sentences selected for the book reflect the maximum possible commonness of Indian languages and Indian culture.

LEARN TAMIL IN 30 DAYS THROUGH ENGLISH

Chief Editor
Krishna Gopal Vikal

Editors : Tamil Edition
S. Senthil Nathan & K.Parthiban

DIAMOND BOOKS

ISBN : 81-288-1186-X

© Publisher

Published by	: **Diamond Pocket Books Pvt. Ltd.**
	X-30, Okhla Industrial Area, Phase-II
	New Delhi-110020
Phone	: 011-41611861-65, 40712100
Fax	: 011-41611866
E-mail	: sales@dpb.in
Website	: www.dpb.in
Edition	: 2023
Printed by	: Adarsh Printers, Delhi- 110032

LEARN TAMIL IN 30 DAYS THROUGH ENGLISH
By: *Krishna Gopal Vikal*

Dedicated to

Dr. Ashok Ramchandra Kelkar
Renowned Philologist of India
whose advice was the source of inspiration

A WORD FROM THE PUBLISHER

We are glad to announce that with a view to strengthening the unity of our country, we shall be publishing the book-series 'LEARN THE NATIONAL LANGUAGES' to enable people of this country to learn any Indian language other than his mother tongue, through the medium of English.

Each book of the series will be divided in five parts. The first two parts will cover the basic knowledge about the language concerned and the rest will be devoted to conversational aspects and practical application of the language.

The books will be prepared under the able guidance of the well-known author and editor of several books, Shri Krishna Gopal Vikal, who is the chief editor of this original title and he will be assisted by Shri Amitabh Dhingra. Format and scheme of all books will be the same as that of this book and each book will be prepared in close consultation with the topmost linguists of the language concerned.

We hope this series will bring together the people of various parts of our country promoting mutual understanding and fostering national unity. We hereby present the first book 'Diamond Tamil Learning and Speaking Course'.

— Publisher

FORWORD

The greatest sensation of life is to learn a language. One has to closely watch a child going through this experience, to be convinced of this. Every time he learn a new word or construction from mother, father or other relatives, his heart is filled with wonder, excitement, thrill and creative urge and he toys with its various forms and tones bringing into play all the creative forces within him.

To learn a new language is to re-enter this wonderful experience of life, opening infinite opportunities for creative action. Besides, in a fast expanding world transcending all barriers of colour, caste, religion and language, a new language is an essential tool of life.

The book primarily attempts to introduce those whose mother tongue is not Tamil to learning of Tamil by the most natural and the simplest method. It adopts the scientific approach, introducing alphabets, words, sentences in that order and application of these in the most common situations of daily life. Situational sentences and conversational sentences selected for the book reflect the maximum possible commonness of Indian languages and Indian culture. The purpose is that the learner during the process of learning should be sufficiently equipped to converse and transact with a very vast section of Tamil speaking people throughout India and abroad.

Since Tamil is mother-tounge of about 7crores of people and is one of the national languages in Sri Lanka, Singapore and Malaysia, acquaintance with this not only enables one to establish a direct communication with millions of people, thereby promoting his career prospects and business interests, but also gives him the spiritual satisfaction of belonging to a vast family.

The book can also be helpful to foreigners who are on visit to India as tourists, scholars, diplomats and businessmen as it would enable them to move about in different parts of the country transending the language barriers.

We hope the book will serve the purpose. It will be popular among the youngsters as well as the serious language learners. We are grateful to Shri Narendra Kumar, Director of Diamomd Pocket Books, who has wisely taken special initiative to bring out this very useful series. We also express out gratitute to the persons concerned with proof-reading, printing and production of the book.

— *Krishna Gopal Vikal*
Amitabh Dhingra
Tamil Edition : S.Senthilnathan & K.Parthiban

CONTENTS

PART-I–ALPHABET

PART-2–WORDS

PART-3–CLASSIFIED SENTENCES

PART 1
ALPHABET

IST STEP முதல் நிலை

WELCOME YOU ALL

அனைவரையும் வரவேற்கிறோம்

This book is in your hands.

It shows that you intend to learn Tamil. It is a matter of pleasure to us.

Of all the languages of India, Tamil is undoubtedly one of the widely spoken languages. Obviously it is one of the ancient languages of the world. It is a language which has vast and rich literature.

We welcome you all for your praiseworthy enthusiasm and fully assure you of success. You will move on continually–step by step until you reach your destination. Let us start our journey.

Sentences of Greetings in Conversation

In Tamil, there are no separate phrases for timely salutations as in English, e.g., 'Good morning', 'Good evening', 'Good night' etc. We say every time we meet வணக்கம் (Vanakkam).

While meeting **சந்திக்கும் போது**

Good morning, Sir!	வணக்கம் ஐயா!	Vanakkam ayyA!
Good morning! Madam	வணக்கம் அம்மா!	Vanakkam ammA!
Good afternoon, my friend!	வணக்கம்நண்பரே!	Vanakkam nanbarE!
Good afternoon, my brother!	வணக்கம் சகோதரா!	Vanakkam sakodharA!
Good evening, boss!	வணக்கம் முதலாளி!	Vanakkam mudhalali !

While departing **விடைபெறும் போது**

Bye bye!	பை பை !	Bye bye!
Ta-Ta!	டாடா!	Ta-Ta!
Good bye!	சென்று வருகிறேன்!	sendru varugiren!

Good wishes **நல்வாழ்த்துக்கள்**

Happy Diwali!	தீபாவளி வாழ்த்துக்கள்!	Diwaali

Learn Tamil in 30 days Through English 13

		vazhthukkal!
Happy Id!	ஈத் வாழ்த்துக்கள்!	Id vazhthukkal!
Happy Pongal!	பொங்கல் வாழ்த்துக்கள்!	pongal vazhthukkal!

REMARKS குறிப்புகள்

In Tamil, all can say வணக்கம் (Vanakkam) in salutations. To show his absolute faith in his religion and creed etc., a Muslim will say சலாம் ஆலேக்கும் (Salaam aalekum), a Sikh சத் ஸ்ரீ அகால் (Sat shri akal), a Nationalist ஜெய் ஹிந்த் (Jai Hind) & a Humanist வாழ்க வையகம் (Vazhga vaiyagam).

2ND STEP இரண்டாம் நிலை

ALPHABETS
எழுத்துக்கள்

Tamil language is written in Tamil script.Its alphabets consists of vowels and consonants which are 12 and 18 respectively.

Here we are going to deal with vowels. An additional character ஃ (ah) is also included in the vowel list.

VOWELS உயிர் எழுத்துக்கள்

அ	ஆ	இ	ஈ	உ	ஊ	எ
a	A	i	I	u	U	e
ஏ	ஐ	ஒ	ஓ	ஔ	ஃ	
E	ai	o	O	au	q	

Recognise and pronounce—

உ	ஐ	இ	ஒ	எ
அ	ஔ	ஊ	ஆ	ஈ
ஏ	ஓ	ஃ		

1. In Tamil , there are two classes of vowels:

   (i) Short (kuril குறில்) and (ii) long (nedil நெடில்) vowels

14 —— *Learn Tamil in 30 days Through English*

(i) **Short vowels** (kuril குறில்)

அ	இ	உ	எ	ஒ
a	i	u	e	o

(ii) **Long vowels** (nedil நெடில்)

ஆ	ஈ	ஊ	ஏ	ஐ	ஓ	ஔ
ā	I	U	e	ai	o	au

2. Short vowels are to be pronounced short and long vowels long. Let us learn how to pronounce the vowels.

Letter	Pronunciation	Remarks
அ	(Short) a	sounds like short 'a' as in **sub**.
ஆ	(long) A	sounds like long 'A' as in **far**.
இ	(short) i	sounds like short 'i' as in **is**.
ஈ	(long) I	sounds like long 'I' as in **meet**.
உ	(short) u	sounds like long 'u' as in **put**.
ஊ	(long) U	sounds like long 'U' as in **wool**.
எ	(short) e	sounds like 'e' as in **elegant**.
ஏ	(long) E	sounds like 'E', as in **say**.
ஐ	(diphthong) ai	sounds like 'ai' as in **icecream**.
ஒ	(short) o	sounds like 'o' as in **one**.
ஓ	(long) O	sounds like 'O' as in **role**.
ஔ	(diphthong) au	sounds like 'au' as in **shout**.

3. In Tamil there is a special character named ஃ (q)

ஃ	(short) q	sounds like 'ah' as in **funnel**.

REMARKS குறிப்புகள் (kurippugal)

*ஃ is not a vowel, it is termed as Aaytam .But for the sake of convenience, we put it among the vowels.

3RD STEP மூன்றாம் நிலை

CONSONANTS
மெய் எழுத்துக்கள்

As we know, there are 18 consonants in Tamil. Some are peculiar to Tamil, and they have no equivalent in English.

The consonants reproduced below are pure consonants.

க் ங் ச் ஞ்

ட் ண் த் ந்

ப் ம் ய் ர்

ல் வ் ழ் ள்

ற் ன்

1.In these a dot is marked over every character. While removing the dot அ (a) sound will be incorporated in every consonant sound.

Identify and pronounce—

ன் வ் ச் ற் ட் ய் த் ப் ம்

ண் ந் க் ர் ல் ள் ழ் ஞ் ங்

Kinds of Consonants

2. Basically the consonants are of three kinds— (i) வல்லினம் - vallinam(Hard) (ii) மெல்லினம் - mellinam(soft)and (iii) இடையினம் - idaiyinam(Middle)

Hard consonants - க,ச,ட,த,ப,ற

Middle consonants - ங,ஞ,ண,ந,ம,ன

Soft consonants - ய,ர,ல,வ,ழ,ள

Pronunciation of consonants

consonants are always learnt as a list of characters with inherent "a" (அ) sound.For the benefit of learners the "அ" loaded consonants are provided as follows

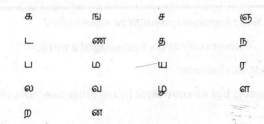

க	ங	ச	ஞ
ட	ண	த	ந
ப	ம	ய	ர
ல	வ	ழ	ள
ற	ன		

3. Let us know how to pronounce consonants.

Letter	*Pronunciation*	*Remarks*
க	k,	as in **king.**
ங	ng,	as in **ganga**
ச	ch,	as in **catch.**
ஞ	eng,	as in **passenger.**
ட	t ,	as in **bat**
ண	n,	as in **sandal.**
த	tha,	as in **marathan**
ந	kn,	as in **knock.**
ப	pa,	as in **pot**
ம	ma,	as **man**
ய	y,	as in **young.**
ர	r,	as in **rate**
ல	l,	as in **well.**
வ	v or w,	as in **vote or wine**
ழ	Not found in English.As in Tamil word Vazhga	
ள	L	as in **pull.**
ன	N	as in **win.**

Grantha characters :

ஜ,ஸ,ஷ,ஹ are not Tamil characters.These Grantha scripts are used to transcribe foreign languages,especially sanskrit.

Some important points to be remembered

1. ங,ண,ழ,ள,ற,ன never come at the beginning of a word.
2. ஸ்ரீ is a symbolic character
3. The consonant ழ has no equivalent in any other non - Dravidian languages.

4TH STEP நான்காம் நிலை

HOW TO WRITE ALPHABET

Tamil script is written from left to right just like the Roman script. Let us begin to write vowels and consonants respectively.

VOWELS உயிர் எழுத்துக்கள்

அ	ஆ	இ	ஈ	உ
ஊ	எ	ஏ	ஐ	ஒ
ஓ	ஔ	ஃ		

CONSONANTS
மெய் எழுத்துக்கள்

க	ங	ச	ஞ
ட	ண	த	ந
ப	ம	ய	ர
ல	வ	ழ	ள

ற ன

Grandha Letters (from Sanskrit)

ஜ. ஸ ஷ ஹ

REMARKS

1. In this chapter, these are all the standardized Tamil letters. These must be learnt.

The following is the key sheet for the learners to better understand the pronunciation of Tamil words.

உயிர் எழுத்துக்கள் (Vowels)		மெய் எழுத்துக்கள் (Consonants)		கிரந்த எழுத்துக்கள் (Grantha)	
அ	a	க்	k	ஹ்	h
ஆ	A or aa	ங்	ng	ஸ்	s
இ	i	ச்	ch or s	க்ஷ	x
ஈ	I or ii	ஞ்	nj	ஜ்	j
உ	u	ட்	d or t	ஷ்	sh
ஊ	U or uu	ண்	N	ஸ்ரீ	sri
எ	e	த்	th		
ஏ	E or ee	ந்	n- or w		
ஐ	ai	ப்	p or b		
ஒ	o	ம்	m		
ஓ	O or oo	ற்	R		
ஔ	au	ன்	n		
ஃ	q	ய்	y		
		ர்	r		
		ல்	l		
		வ்	v		
		ழ்	z		
		ள்	L		

5TH STEP ஐந்தாம் நிலை

VOWELS & VOWEL MARKERS

உயிர் எழுத்துக்கள் மற்றும் உயிர் குறியீடுகள்

In Tamil script, there are two forms of vowels—(i) Syllabic forms, and (ii) Abbreviated forms. Here are syllabic forms and abbreviated forms of Tamil vowels—

Syllabic Forms : அ,ஆ, இ,ஈ,உ,ஊ,எ,ஏ,ஐ,ஒ,ஓ,ஔ,ஃ.

Abbreviated Forms : ா,ி,ீ, ு, ூ,ெ ,ே , ெ ள.

1. (i) Syllabic forms of vowels are used separately. As—

   ஆ(ā) An exclamatory expression, ஈ (ee) Fly

   (ii) vowel markers or Abbreviated Forms are used combined with preceding consonant characters as follows:

(a) ா	follow the consonant.
(b) ி, ீ	marked above the consonant.
(c) ு, ூ	the vowel marker for u/uu are irregular.see the last section of the chapter.
(d) ெ ,ே	precedes it.
(e) ெ ள	precedes and follows it.

These are the vowel markers, called uyir kuriyeedugal (உயிர் குறியீடுகள்)

Combination of Vowel markers (Uyir kuriyeedugal) with Consonants

2. Let us combine the intra-syllabic forms of all vowels (உயிர் குறியீடுகள்) with consonants **க(K).** They are called உயிர் மெய் எழுத்துக்கள் (Uyir Meyezhuthukkal) - Consonant-Vowel pairs.

க	கா	கி	கீ	கு	கூ	கெ	கே	கை	கொ	கோ	கௌ
ka	kA	ki	kI	ku	kU	ke	kE	kai	ko	kO	[illegible]

Thus the uyir kuriyeedugal can be combined with all consonants. Now we elaborate this combination.

ங	ஙா	ஙி	ஙீ	ஙு	ஙூ	ஙெ	ஙே	ஙை	ஙொ	ஙோ	ஙௌ
nga	ngA	ngi	ngI	ngu	ngU	nge	ngE	ngai	ngo	ngO	ngau
ச	சா	சி	சீ	சு	சூ	செ	சே	சை	சொ	சோ	சௌ
sa	sA	si	sI	su	sU	se	sE	sai	so	sO	sou
ஞ	ஞா	ஞி	ஞீ	ஞு	ஞூ	ஞெ	ஞே	ஞை	ஞொ	ஞோ	ஞௌ
nja	njA	nji	njI	nju	njU	nje	njE	njai	njo	njO	njou
ட	டா	டி	டீ	டு	டூ	டெ	டே	டை	டொ	டோ	டௌ
ta	tA	ti	tI	tu	tU	te	tE	tai	to	tO	tau
ண	ணா	ணி	ணீ	ணு	ணூ	ணெ	ணே	ணை	ணொ	ணோ	ணௌ
Na	NA	Ni	NI	Nu	NU	Ne	NE	Nai	No	NO	Nau
த	தா	தி	தீ	து	தூ	தை	தெ	தே	தொ	தோ	தௌ
tha	thA	thi	thI	thu	thU	thai	the	thE	tho	thO	thau
ந	நா	நி	நீ	நு	நூ	நெ	நே	நை	நொ	நோ	நௌ
n-a	n-A	n-i	n-I	n-u	n-U	n-e	n-E	n-ai	n-o	n-O	n-au
ப	பா	பி	பீ	பு	பூ	பை	பெ	பே	பொ	போ	பௌ
pa	pA	pi	pI	pu	pU	pai	pe	pE	po	pO	pau
ம	மா	மி	மீ	மு	மூ	மை	மெ	மே	மொ	மோ	மௌ
ma	mA	mi	mI	mu	mU	mai	me	mE	mo	mO	mau
ய	யா	யி	யீ	யு	யூ	யை	யெ	யே	யொ	யோ	யௌ
ya	yA	yi	yI	yu	yU	yai	ye	yE	yo	yO	yau
ர	ரா	ரி	ரீ	ரு	ரூ	ரை	ரெ	ரே	ரொ	ரோ	ரௌ
ra	rA	ri	rI	ru	rU	rai	re	rE	ro	rO	rau
ல	லா	லி	லீ	லு	லூ	லை	லெ	லே	லொ	லோ	லௌ
la	lA	li	lI	lu	lU	lai	le	lE	lo	lO	lau

வ	வா	வி	வீ	வு	வூ	வை	வெ	வே	வொ	வோ	வௌ
va	vA	vi	vI	vu	vU	vai	ve	vE	vo	vO	vau
ழ	ழா	ழி	ழீ	ழு	ழூ	ழை	ழெ	ழே	ழொ	ழோ	ழௌ
za	zA	zi	zI	zu	zU	zai	ze	zE	zo	zO	zau
ள	ளா	ளி	ளீ	ளு	ளூ	ளை	ளெ	ளே	ளொ	ளோ	ளௌ
La	LA	Li	LI	Lu	LU	Lai	Le	LE	Lo	LO	Lau
ற	றா	றி	றீ	று	றூ	றை	றெ	றே	றை	றொ	றோ	றௌ
Ra	RA	Ri	RI	Ru	RU	Rai	Re	RE	Ro	RO	Rau
ன	னா	னி	னீ	னு	னூ	னை	னெ	னே	னொ	னோ	னௌ
na	nA	ni	nI	nu	nU	nai	ne	nE	no	nO	nau
ஜ	ஜா	ஜி	ஜீ	ஜு	ஜூ	ஜை	ஜெ	ஜே	ஜொ	ஜோ	ஜௌ
ja	jA	ji	jI	ju	jU	jai	je	jE	jo	jO	jau
ஸ	ஸா	ஸி	ஸீ	ஸு	ஸூ	ஸை	ஸெ	ஸே	ஸொ	ஸோ	ஸௌ
sa	sA	si	sI	su	sU	sai	se	sE	so	sO	sau
ஷ	ஷா	ஷி	ஷீ	ஷு	ஷூ	ஷை	ஷெ	ஷே	ஷொ	ஷோ	ஷௌ
sha	shA	shi	shI	shu	shU	shai	she	shE	sho	shO	shau
ஹ	ஹா	ஹி	ஹீ	ஹு	ஹூ	ஹை	ஹெ	ஹே	ஹொ	ஹோ	ஹௌ
ha	hA	hi	hI	hu	hU	hai	he	hE	ho	hO	hau

Making words by combining vowels with consonants

Let us combine the vowels with consonants and make words. Thus we shall attain knowledge of various sounds of Tamil language and learn the meaning of many words.

(i) Combining the vowel ஆ (A) with consonants

Combination of ஆ will be likewise—

காலை **kAlai** morning	சாலை **sAlai,** road
காதல் **kAthal,** love	பாரம் **bAram,** weight
மாதம் **mAdam,** month	காத்திரு **kAththiru,** wait

(ii) Combining the vowel இ (i) with consonants

22 Learn Tamil in 30 days Through English

When joined to a consonant, original vowel இ gives place to its sign which is used above the consonants concerned.

பிறகு	piRaku, after	நிதி	n-idi, fund
மிளகு	miLaku, pepper	மிளகாய்	miLakAi, chilly
வியாபாரி	viyApAri, merchant	கிழக்கு	kizakku, east

(iii) Combining the vowel ஈ (I) with consonants

Combination of ஈ (i) will be likewise—

கீழே	KIZA, beneath	வீடு	vIdu, house
தீமை	thImai, evil	விண்மீன்	vinmIn, star
காப்பீடு	kAppIdu, insurance	நீளம்	n-ILam, length

(iv) Combining the vowel உ (u) with consonants

Combination of உ (u) will be likewise—

உ(u)

கனவு	kanavu, nightmare	பருப்பு	paruppu, dhal
புத்தகம்	puthakam, book	கருமை	karumai, blackness

(v) Combining the vowel ஊ (ū) with consonants

Combination of ஊ (ū) will be likewise—

ஊ(U)

சூரியன்	sUriyan, sun	மூன்று	mUnRu, three
தூக்கம்	thUkkam, sleep	ஜூலை	jUlai, july

(vi) Combining the vowel எ (e) or ஏ (E) with consonants

எ (e)

பயணம்	payaNam, travel	கெடுதல்	keduthal, evil
பெறுதல்	peRuthal, receiving	மென்மை	menmai, softness
மயக்கம்	sevā, giddiness	செலவு	selavu, expence
ஏற்கெனவே	ERkenave, already	தெற்கு	theRku, west

ஏ (E)

மேஜை	mEjai, table	சிநேகிதன்	sin-Ekidan, friend
கேள்வி	kElvi, question	தனியே	thaniye, al alone

பேசு **pEsu,** speak   தபேலா **thabEla,** thabla

(vii) Combining the vowel ஐ (ai) with consonants

ஐ (ai)

தூய்மை **thUymai,** purity   சமையலறை **samaiyalarai,** kitchen

மைனா **maina,** myna   கையேடு **kaiYEdu,** guide

பையன் **paiyan,** boy   அசைவு **asaivu,** movement

கடமை **kadamai,** duty   அலை **alai,** tide

(viii) Combining the vowel ஒ (o) or ஓ (O) with consonants

ஒ (o)

கொம்பு **kombu,** horn   மொட்டு **mottu,** bud

சொற்பம் **soRpam,** few   பொம்மை **bommai,** doll

எப்பொழுது **eppoZudu,** when   நொய் **n-oi,** broken grain

தற்கொலை **tharkolai,** suicide   கொடு **kodu,** give

ஓ (O)

காசோலை **kAsOlai,** cheque   ஜோடி **jOdi,** pair

தோல்வி **thOvi,** failure   மோர் **mOr,** butter milk

நோயாளி **n-OyAli,** patient   சோலை **sOlai,** park

கோவில் **kOvil,** temple   போர் **pOr,** war

(ix) Combining the vowel ஔ (au) with consonants

ஔ (au)

பௌத்தம் **pauththam,** buddhism   கௌளி **kauli,** lizard

மௌனம் **maunam,** silence   யௌவனம் **yavanam,** youth

பௌதிகம் **paudikam,** physics   வௌவால் **vauvAl,** bat

சௌந்தர்யம் **saun-tharyam,** beauty   டௌரி **tauri,** dowry

(ix) Combining the semi vowel with consonants

In Tamil, a dot is used to show pure consonants.

(i) புள்ளி (dot)—It is placed above the vowel (e.g., காப்பு) or consonant + vowel, after which it is pronounced (e.g., க்+அ=க).

முத்தம் **muththam,** kiss - கல்வி **kalvi,** education

சத்தம் **saththam,** sound வனம் **vanam,** forest

கண்ணாடி **kaNNAdi,** mirror பப்பாளி **pappAli,** pappaya

பள்ளி **paLLi,** school அங்கம் **angam,** parts

vowel marker for u/U :

The vowel marker for u/U are irregular. ு, ூ are used only for ஜ,ஸ,ஷ and ஹ.For the remaining. the consonants itself changes accordingly as follows-

For u

Type 1: கு,ஞு,டு,மு,ரு,ழு,ளு

Type 1: சு,பு,யு,வு

Type 1: நு,ணு,து,லு,று,னு

For U

Type 1: கூ,சூ,டூ,மூ,ரூ,ழூ,ளூ

Type 1: நூ,பூ,யூ,வூ

Type 1: ஞூ,ணூ,தூ,நூ,லூ,றூ,னூ

REMARKS

1. **The abbreviated form of vowel ஈ (I) is put above the concerned consonant.**
2. **The vowel-signs (உயிர் குறியீடுகள்) are used in the same way with all the consonants except for u and U.**

6TH STEP ஆறாம் நிலை

THE PARTS OF SPEECH

வாக்கியத்தின் பகுதிகள்

1. A sentence consists of two parts—எழுவாய் (EzuvAy- Subject) and பயனிலை (Payanilai-Predicate). எழுவாய் is that about which some thing has been said in the sentence. பயனிலை is what has been said about it.

   Both the எழுவாய் and the பயனிலை may consist of more than one word. Thus, every word in a sentence performs a definite function.

2. There are eight categories of classes of words which are called 'Parts of Speech'. They are—

   1. பெயர்ச் சொல் (Noun)
   2. பிரதி பெயர்கள் (Pronoun)
   3. பெயர் அடை(Adjective)
   4. வினைச் சொல் (Verb)
   5. வினை அடை (Adverb)
   6. பின் இடச்சொல் (Post position)
   7. இணைப்புச் சொற்கள் (Conjunction)
   8. வியப்புச் சொற்கள் (Exclamation)

Let us explain every word of this sentence in detail gram matically and identify to which part of speech each wordis.

(1) அடடே (aah) — Exclamation[8]

(2) இளைய (younger) —Adjective[3]

(3) சகோதரன் (brother) — Noun[1]

(4) மற்றும் (and) — Conjuction[7]

(5) சகோதரி (sister) — Noun[1]

(6) எனக்கு (to me) — Pronoun[2]

(7) (அறைக்கு) உள்ளே [inside (the room)] — Post-position[6]

(8) அமைதியாக (quietly) — Adverb[5]

(9) சொல்லப்பட்டது (told) — Verb[4]

Thus, we learn the role of every part of speech. In the following chapters, we shall explain every constitution of sentence very briefly.

Noun பெயர்ச் சொல்

A **noun** is a word which is a name of anything.

There are three kinds of noun, in Tamil.

(i) சிறப்புப் பெயர்ச் சொல் Proper noun

(ii) பொதுப் பெயர்ச் சொல் Common noun

(iii) கருத்துப் பெயர்ச் சொல் Abstract noun

கோபால் ஒரு மனிதன்	Gopal is a man.
மும்பை ஒரு நகரம்	Mumbai is a city.
பைபிள் ஒரு புத்தகம்	Bible is a book.

(i) கோபால்,மும்பை and பைபிள் are the names of particular person, place and thing respectively. Thus these are **proper nouns.**

(ii) ஆண்,நகரம் and புத்தகம் are the names of any person, place and thing of the same class respectively. Thus these are **common nouns.**

(iii) **Abstract noun** is the third kind of noun. It is a name of a quality, state or action, e.g., ஞானம்,வீரம் etc.

Read out the following sentences—

(a) உண்மை மனிதனின் சிறந்த குணம்	Truth is the best quality of man
(b) எனக்கு என் குழந்தைப் பருவம் நினைவிருக்கிறது.	I remember my childhood.
(c) புன்னகையில் ஜீவன் உள்ளது.	The life lies in a smile.

In the above sentences உண்மை, குழந்தைப் பருவம் and புன்னகை are abstract nouns because these are the names of a quality, state or action respectively.

Abstract nouns related to other parts of speeches.

(1) பொதுப் பெயர்ச் சொல்லில் இருந்து (from common nouns)

(2) பெயர் அடையில் இருந்து (from adjectives)

(3) வினைச் சொல்லில் இருந்து (from verbs)

With Common Noun

Common nouns	Abstract nouns
பகைவன்–பகைமை; enmity	
ஆண் – ஆண்மை manhood	
மனிதன்–மனிதநேயம்; humanity	
தாய்–தாய்மை motherliness	
நண்பன்–நட்பு; friendship	
தெய்வம்–தெய்வீகம் godliness	
காதலன்–காதல்; love	

சிறுவன்–சிறுபிராயம் childhood

With Adjectives

Adjectives	Abstract nouns
நல்ல–நன்மை; goodness	
சிறந்த–சிறப்பு; greatness	
இனிய–இனிமை; sweetness	
கெட்ட–கெடுதல்; evil	
முதிய–முதுமை; old age	
ஏழை–ஏழ்மை; poverty	

With Verbs

Verbs	Abstract nouns
அறி – அறிவு; knowledge	
சண்டையிடு – சண்டை; battle	
விரும்பு – விருப்பம்;wish	
விசாரி – விசாரணை; investigation	

REMARKS

1. The following suffixes are used to form abstract nouns from other parts of speech.

- தல்   - மை

- கை   - தனம்

7TH STEP ஏழாம் நிலை

GENDER & NUMBER

பால் மற்றும் எண்

GENDER (பால்)

There is a special concept called domain (திணை - thiNai) is applicable for Tamil. Unlike Hindi & other north Indian languages Tamil has no grammatical gender. Only natural gender is considered, that too for human beings.

Domain (திணைகள்) :

According to Tamil grammer all objects & abstract ideas fall into two domains.

(a) Human domain (உயர் திணை) :

Human domain obviously consists human beings, both human proper nouns (குமார் - Kumar, செல்வி - Selvi, etc) & human personal nouns (ஆசிரியர்கள் - Teachers, மாணவர்கள்- Students, etc)

(b) Non-Human domain (அஃறிணை) :

Nouns of animals, plants & other living beings, inanimates, abstract ideas are fall in this category.

Gender (பால்):

Only human domain discriminate gender. Tamil has masculine & feminine genders. Names & Personal nouns of women are considered feminine. Similarly Names & Personal nouns of men are considered masculine.

Examples:

Popular masculine proper nouns

ராமன் - Raman

ரஹீம் - Rahim

சாமுவேல் - Samuel

கோபால் - Gopal

திலீப் - Dilip

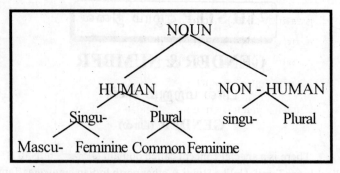

Popular feminine proper nouns

சீதா - Sita

கலைச்செல்வி - Kalaiselvi

ரீட்டா - Rita

Masculine personal nouns

சிறுவன் (siRuvan) - Boy

நடிகன் (n-dikan) - Actor

பிச்சைக்காரன் (pichchaikkaran)- Beggar

திருடன் (thirudan) - Thief

அப்பா (appA) - Father

Feminine personal nouns

சிறுமி (siRumi) - Girl

நடிகை (n-dikai) - Actress

பிச்சைக்காரி (pichchaikkari) - Begger

திருடி (thirudi) - Thief

அம்மா (ammA) - Mother

All non human domain nouns are considered Neutral gender. Though Tamil has masculine & Feminine nouns for some animals like காளை(Bull) & பசு(Cow) respectively, this doesn't affect the agreement of noun with finite verb in sentences.

Number (எண்)

Both Human domain & Non human domains consist of singular & plural.

Human domain - Masculine - Singular

சிறுவன் (siRuvan) - Boy

நடிகன் (n-dikan) - Actor

கணவன் (kaNavan) - Husband

அண்ணன் (aNNan) - Brother

அப்பா (appA) - Father

Human domain - Feminine - Singular

சிறுமி (siRumi) - Girl

நடிகை (n-dikai) - Actress

மனைவி (manaivi)- Wife

தங்கை (thangai) - Sister

அம்மா (ammA) - Mother

When human domain singular nouns transformed into plural, common plural nouns are used.

Human domain - Masculine or Feminine - Plural

மாணவர்கள் (mANavarkal) - Students

நடிகர்கள் (n-dikarkal) - Actors

சிறுவர்கள் (siRuvarkal) - Children

இளைஞர்கள் (iLainjarkal) - Youth (guys)

ஆசிரியர்கள் (Asiriyarkal) - Teachers

When the plural consists only feminine nouns, we have special feminine plural nouns.

Human domain - Feminine - Plural

மாணவிகள் (mANavikal) - Girl students

நடிகைகள் (n-dikaikal) - Actresses

சிறுமிகள் (siRumikal) - Girl Children

இளைஞிகள் (iLainjikal) - Youth (gals)

ஆசிரியைகள் (Asiriyaikal) - Lady Teachers

Non human domain - Singular

புத்தகம் (puthakam)- Book

வண்டி (vaNdi)- Vehicle

மேகம் (mEkam) - Cloud

Non human domain - Plural

புத்தகங்கள் (puthakangal) - Books

மேகங்கள் (mEkangal) - Clouds

குடும்பங்கள் (kudumbangal) - Families

Number marker :

As you have seen above, a marker "கள்" is added with the singular noun to form the plural nouns.

குடும்பம் - குடும்பங்கள்

பாடம் - பாடங்கள்

When "கள்" is added with the singular noun, if the singular noun ends with "ம்", "ம்" is changed into "ங்". Sometimes if the noun ends with long vowels, "கள்" has become "க்கள்"

பூ - பூக்கள்

பேனா - பேனாக்கள்

8TH STEP எட்டாம் நிலை

USAGE OF FOREIGN WORDS IN TAMIL
தமிழில் வேற்று மொழிச் சொற்கள்

In modern Tamil, hundreds of English words are used to express modern life style. Some of them are as follows.

At home - வீட்டில்

Who prepared the coffee ?

யார் காபி தயாரித்தது ?

Where is my shoe ?

எனது ஷூ எங்கே ?

I am searching for my tie

நான் எனது டையைத் தேடுகிறேன்

Switch on the fan

அந்த ஃபேனைப் போடு

Keep it in the fridge

இதை ஃபிரிட்ஜில் வை

Are you not wearing watch ?

நீ வாட்ச் கட்டுவதில்லையா ?

In the office - அலுவலகத்தில்

I came by car

நான் காரில் வந்தேன்

Are you going by bus ?

நீ பஸ்ஸில் போகிறாயா ?

Computer is a gift for the mankind

கம்ப்யூட்டர் மனிதகுலத்திற்கு கிடைத்த வரப்பிரசாதம்

A.C. is not working

ஏ.சி. வேலை செய்யவில்லை

Go by the lift

லிஃப்டில் போங்கள்

I am going to the bank

நான் பேங்கிற்குப் போகிறேன்

We are not accepting cheques

நாங்கள் செக் வாங்குவதில்லை

In the market - கடைத்தெருவில்

There is a big market in this road

இந்த ரோட்டில் ஒரு பெரிய மார்க்கெட் உள்ளது

Everything is available in this super market

இந்த சூப்பர் மார்க்கெட்டில் எல்லாம் கிடைக்கும்

Use the trolly to carry the things

பொருட்களை கொண்டு செல்ல ட்ராலியைப்
பயன்படுத்துங்கள்

Don't give tips

டிப்ஸ் கொடுக்காதீர்கள்

9TH STEP ஒன்பதாம் நிலை

CASES & POST-POSITIONS

வேற்றுமை உருபு மற்றும் பின் இடச்சொல்

CASE வேற்றுமை உருபு

The syntactic relationship between a noun and a verb in a sentence is called a case. The case relationship may be represented by a suffix or post position. In Tamil it is represented by suffixes and post positions.

The following are the cases represented by the case suffixes in Tamil.

case	suffix
1.Nominative	Unmarked
2.Accusative	ஐ (ai)
3.Associative (with)	ஓடு (otu)
4.Instrumental (with, by)	ஆல் (al)
5.Dative (to)	க்கு(ku)
6.Genetive ('s, of)	அது,உடைய (atu,udiya)
7.Locative (in, at, on)	இல்(il)
8.Vocative	ஏ(e,etc.)

Nominative

Normally, the nominative case is unmarked.

Note: If a noun ends with "m" sound, the m is got deleted and 'thth' added before it conjoins with the cases or post-position markers.

ஆசிரியர் வந்தார்	teacher came
அரசன் வந்தான்	king came
குதிரை அவனை உதைத்தது	The horse kicked him

Accusative/Objective

The accusative case otherwise called as objective case. When noun or pronoun is used as an object of the verb, it is called Objective case. This is optional if the noun is a non-human non-aninate object.

accusative case marker - ஐ (ai) added to the end of noun.

நான் கண்ணனைப் பார்த்தேன்	I saw kannan
அவன் பாடம் படித்தான்	He read lesson

Associative

The case suffix representing associative case is ஓடு (otu). It has an alternant உடன் (utan).

கண்ணனோடு வந்தேன்	I came with kannan
என்னோடு வருகிறாயா ?	Do you come with me ?

Instrumental

The Instrumental case suffix is ஆல் (al). It has an alternant கொண்டு (kontu).

கத்தியால் குத்தினான்	He stabbed with the knife
இது அவனால் நடந்தது	This happened by him

Dative

The dative suffix is - உக்கு(ukku). It has an alternant - அக்கு (akku)

அவன் பாலுக்கு அழுதான்	He cried for milk
உனக்கு அது வேண்டுமா ?	Do you want that ?

Genetive

The Genetive case suffix is -அது (atu). The case suffix atu has an alternant உடைய (utaiya).

இது எனது புத்தகம்	This is my book
எனது ஆசிரியர் சொன்னார்	My teacher told
அவனது சொந்த ஊர் சென்னை	His native is chennai

Locative

The Locative case suffix is இல் (il). It has a functional alternant இடம் (itam), if the noun is human.

பணம் பெட்டியில் உள்ளது	Money is in the box
சூரியன் கிழக்கில் உதிக்கிறது	The Sun rises in the east

Vocative

The Vocative suffix is - ஏ(e). There are other alternants such as loss of final c, lengthening of final vowel, etc. which do the function of e.

அரசே காப்பாற்றுங்கள்	O king, save us
ராமா எழுந்திரு	Rama get up

post position பின் இடச்சொல்

It may be recalled here that a word like element which does the function of a case suffix is called post position.A post position may be historically traceable to a noun or a verb. Since they have become grammaticalised forms, descriptively they have to be treated as a separate category, namely post positions. Post positions normally occurs with cases. The following examples shows the typical pair of post positions with cases.

ராமனை விட சோமு பெரியவன்	Somu is bigger than Raman
ரயில் கிழக்கு நோக்கி பயணிக்கிறது	The train is heading towards east
உனக்காக இதைச் செய்கிறேன்	Iam doing this for you
அவன் நமக்கு முன் வந்துவிட்டான்	He came before us
இது அவருக்கு உரியது	This belongs to him
அவர் மூலமாகப் பெற்றேன்	I got this through him
எங்கள் மேல் தவறில்லை	The fault is not ours
என் பொருட்டு போங்கள்	Go for the sake of me
எங்கிருந்து வருகிறீர்கள் ?	Where are you coming from?
அவரிடமிருந்து ஏதாவது வந்ததா?	Does anything came from him?
பத்து வரை எண்ணுங்கள்	Count till ten
இந்தப் பிரச்சினை வீடுதோறும் உள்ளது	At every house this problem prevails
இது கண்ணனுடைய புத்தகம்	This is Kannan's book

10TH STEP பத்தாவது நிலை

CLITICS

இடைச் சொற்கள்

As already mentioned, the clitics are some kind of floating elements in the sentences. The clitics are divided into four groups in accordance with their occurences.

Group I :

The following are the clitics which comes under group I.
மட்டும் only
மாத்திரம் only
கூட also
உம் also
ஏ only

Example:

கண்ணன் மட்டும் வந்தான்
Only Kannan came
நாங்கள் கண்ணனைப் பற்றி மட்டும் பேசினோம்
We talked only about Kannan

Group II :

The following are the clitics which comes under group II
தான் only
ஆவது atleast
ஏனும் atleast
ஆகிலும் atleast
ஆயினும் atleast

Example:

அவன் தான் வந்தான்
He only came
அவனாவது வந்திருக்கலாம்
Atleast he would have come

Group III :

The following are the clitics which comes under group III.

ஆ interrogative
ஏ interrogative
ஓ interrogative

ஏ and ஓ function as interrogative markers only when they are peceded by தான்

Example:

நாராயணன் நல்லவனா ?
Is narayanan a good man ?
இது புது சட்டையா ?
Is this a new shirt ?

Group IV :

The following are the clitics which comes under group IV. These occur at the closing position. Usually they are vocative particles which refer to the hearer in conversation.

ஆடா Masculine non honorific
ஆடி Feminine non honorific
உங்க Hon.singular
உங்க Hon.plural

Example:

கண்ணனையாடா கூப்பிட்டாய் ?
Did you call Kannan ?
சொற்பொழிவைக் கேளுங்க
Listen to the lecture

PART 2
WORD

11TH STEP பதினோறாம் நிலை

PRONOUN
பிரதிப் பெயர்ச் சொல்

பிரதிப் பெயர்ச் சொல் (Pronoun) is a word used in the place of a noun. Actually it represents a noun. In Tamil, there are six kinds of pronoun–

1. Personal Pronouns
2. Definite Pronouns
3. Indefinite Pronouns
4. Interrogative Pronouns
5. Relative Pronouns
6. Reflexive Pronouns

PERSONAL PRONOUNS

Subject pronouns:

First person: நான்(I), நாம்(We-inclusive), நாங்கள்(We-Exclusive)

Second person: நீங்கள்(You)

Third person: அவன்(He), அவள்(She), அது(It), அவர் (She/He), அவர்கள்(They), அவை(They)

நான் நேற்று மும்பையிலிருந்து வந்தேன்
I came from Mumbai yesterday
நீங்கள் என் வீட்டிற்கு வாருங்கள்
You come to my house

Object pronouns:

First person: என்னை(Me), நம்மை(Us), எங்களை(Us)

Second person: உங்களை(You)

Third person: அவனை(Him), அவளை(Her), அதை(It), அவரை (Him), அவர்களை(Them), அவற்றை(That)

என்னை மன்னித்துவிடுங்கள்
Please forgive me.
நான் உங்களை மார்க்கெட்டில் பார்த்தேன்

I saw you in the market

Indirect object pronouns:
First person: எனக்கு(To me), நமக்கு(To us), எங்களுக்கு(To us)
Second person: உங்களுக்கு(To you)
Third person: அவனுக்கு(To him), அவளுக்கு(To her), அதற்கு(To it),
அவருக்கு(To him), அவர்களுக்கு(To them), அவற்றிற்கு(To them)
அவன் புத்தகத்தை என்னிடம் கொடுத்தான்
He gave me the book
அவனுக்கு என்ன நடந்தது ?
What happened to him ?

Possesive pronouns:
First person: என்னுடையது(Mine), நம்முடையது(Ours),
எங்களுடையது(Ours)
Second person: உங்களுடையது(Yours)
Third person: அவனுடையது(His), அவளுடையது(Her), அதனுடையது (Its),
அவருடையது (His), அவர்களுடையது (Their), அவற்றின் (Thats)
இந்தப் புத்தகம் என்னுடையது
This book is mine
இந்தப் புத்தகம் அவனுடையது
This book is his
அந்தப் புத்தகம் அவளுடையது
That book is hers

Pronouns with Ablative cases :
First person: என்னிடம் இருந்து(From me), நம்மிடம் இருந்து (From us),
எங்களிடம் இருந்து (From us),
Second person: உங்களிடம் இருந்து (From you)
Third person: அவனிடம் இருந்து (From him), அவளிடம் இருந்து (From her), அதனிடம் இருந்து (From it), அவரிடம் இருந்து (From him), அவர்களிடம் இருந்து (From them).
நான் உன்னிடம் இருந்து இதை எதிர்பார்க்கவில்லை
I didn't expect this from you
அவன் உன்னை விட அதிக மதிப்பெண்கள் பெற்றிருக்கிறான்
He scored more marks than you

Pronouns with Associative cases :

First person: என்னுடன்(With me), நம்முடன்(With us-inclusive), எங்களுடன் (With us-exclusive)

Second person: உங்களுடன்(With you)

Third person: அவனுடன்(With him), அவளுடன்(With her), அதனுடன் (With it), அவருடன் (With him/her), அவர்களுடன் (With them), அவற்றுடன் (With that)

அவன் என்னுடன் வந்தான்
He came with me

அவளுடன் போங்கள்
Go with her

அவர்களுடன் சேர்ந்து கொள்
Join with them

Pronouns with Locative cases :

First person: என்னிடத்தில்(In/On me), நம்மிடத்தில்(In/On us-inclusive), எங்களிடம் (In/On us-exclusive)

Second person: உங்களிடம்(In/On you)

Third person: அவனிடம்(In/On him), அவளிடம்(In/On her), அதனிடம் (In/On it), அவரிடம் (In/Onhim/her), அவர்களிடம் (In/On them), அவற்றிடம் (In/On that)

அவனுக்கு உன்னிடத்தில் அக்கரை இல்லை
He is not interested in you

அது என்னிடத்தில் இல்லை
I donot have it with me

அவர்கள் அவன் மீது வழக்கு பதிவு செய்திருக்கிறார்கள்
They filed a case on him

THE DEFINITE PRONOUNS :

This	இது
That	அது
These	இவை
Those	அவை

இது எனது புத்தகம்
This is my book

அது உனது புத்தகம்
That is your book

இவை எனது புத்தகங்கள்
These are my books

INDEFINITE PRONOUNS:

Some (human)	சிலர்
Some (non-human)	சில
Many (human)	பலர்
Many (non-human)	பல

சிலர் என்னைப் பார்க்க வந்தார்கள்
Some came to meet me.
சில கார்கள் நீலமாக உள்ளன,சில சிகப்பாக.
Some cars are blue, and some are red.

INTERROGATIVE PRONOUNS:

| What | என்ன? |
| Who | யார்? |

இது என்ன ? What is this?
அவன் யார்? Who is he?

REFLEXIVE PRONOUNS:

Myself	எனக்கு நானே
yourself	உனக்கு நீயே
himself	அவனுக்கு அவனே
herself	அவளுக்கு அவளே
itself	அதற்கு அதுவே
ourselves	எங்களுக்கு நாங்களே
yourselves	உங்களுக்கு நீங்களே
themselves (human)	அவர்களுக்கு அவர்களே
themselves (non-human)	அவற்றிற்கு அவைகளே

எனக்கு நானே காயப்படுத்திக் கொண்டேன்
I hurt myself
அவனுக்கு அவனே காயப்படுத்திக் கொண்டான்
He hurt himself

RELATIVE PRONOUN:

| who | யாரோ (அவர்) |
| which | எதுவோ (அது) |

பெங்களூரிலிருந்து வந்தவர் யாரோ, அவர் என்னை சந்தித்தார்.
The man who came from Bangalore met me.

Though we have relative pronouns in Tamil, in normal usage in the relative clauses, we merge the demonstrative pronouns with the verb in the subordinate clauses, instead of directly using the pure relative pronouns.

பெங்களூரிலிருந்து வந்தவர் என்னை சந்தித்தார்.
The man who came from Bangalore met me.

12TH STEP பன்னிரண்டாம் நிலை

ADJECTIVE

பெயரடை

பெயரடை (Adjective) is a word used to qualify a noun or a pronoun. Tamil has five kinds of Adjectives—

(1) பண்புப் பெயரடை Qualitative
(2) எண் பெயரடை Numeral
(3) அளவுப் பெயரடை Quantitative
(4) சுட்டுப் பெயரடை Demonstrative
(5) வண்ண பெயரடை Colour

பண்புப் பெயரடை Qualitative:

These adjectives describe the quality of objects or persons. Some of them are நல்ல (good), கெட்ட(bad), சிறந்த(great), அழகான(beautiful),etc

கௌரவ் நல்ல பையன்
Gaurav is a good boy.

இது ஒரு பழைய வீடு
This is an old house

இது புது சட்டை
This is a new shirt

எண் பெயரடை Numeral :

These are the adjectives which show the nouns or pronouns in numbers.Some of them are இரண்டு(two), ஆயிரக்கணக்கான (thousands of), etc.

ஐந்து லிட்டர் பால் கொண்டு வா
Bring five litres of milk.

கையில் ஐந்து விரல்கள் உள்ளன
The hand has five fingers

உங்களில் இருவர் இங்கே வாருங்கள்
Two of you come here

அளவுப் பெயரடை Quantitative :

These adjectives describe the quantiity of objects or persons. Some of them are வெகு சில(very few), அதிகமான(large),etc

நான் சில பழங்கள் சாப்பிட்டேன்

I ate some fruits

மொத்தத் தொகையும் செலவாகிவிட்டது

The whole sum was expended

அவர் தனது அனைத்து சொத்தையும் இழந்து விட்டார்

He has lost all his wealth

சுட்டுப் பெயரடை Demonstrative :

These adjectives point out which person or thing is meant. Some of them are இந்த(this), அந்த(that),etc

இந்தப் புத்தகம் என்னுடையது

This book is mine.

அந்த முட்டாள்கள் தண்டிக்கப்பட வேண்டியவர்கள்

Those fools must be punished

வண்ண பெயரடை Colour :

These adjectives describes the colour of the object or person.Some of them are கருப்பு(black), பச்சை(green),etc

கருப்பு நாய் ஓடுகிறது

The black dog runs

பச்சை விளக்கு தெரிந்தால் ஒருவர் புறப்பட வேண்டும்

If green light is seen one must start

வெள்ளை மேகங்கள் வானில் மிதக்கின்றன

White clouds are floating in the sky

Comparison of Adjectives:

In Tamil, the degrees of comparison with adjectives are expressed using degree phrases like ஐ விட, எல்லோரையும் விட, எல்லாவற்றையும் விட, Adjectives undergo no special transformation.

The degrees of comparison are Positive, Comparative and Superlative. The examples of adjectives which can be used to describe the three degrees of comparison are as follow:

1.The word அழகாக (Beautiful) can be intensified like this.

Positive: கீதா அழகாக இருக்கிறாள்

Gita is beautiful

Comparative: சீதா கீதாவை விட அழகாக இருக்கிறாள்

Sita is more beautiful than Gita

Superlative: ராதா அனைவரையும் விட அழகாக இருக்கிறாள்

Radha is the most beautiful of all

2.The word சிறந்த (Great)

Positive ராமன் சிறந்தவர்

Raman is great

Comparative ராமன் பீமனை விட சிறந்தவர்

Raman is greater than Bhima

Superlative ராமன் அனைவரையும் விட சிறந்தவர்

Raman is the greatest of all

3.The word புத்திசாலி (Clever)

Positive ரமேஷ் புத்திசாலிப் பையன்

Ramesh is a clever boy

Comparative ராமா ரமேஷை விட புத்திசாலி

Rama is cleverer than Ramesh

Superlative மது அனைவரையும் விட புத்திசாலி

Madhu is the cleverest of all

4.The word வீரம் (Brave)

Positive ராவணன் வீரமானவன்

Ravana is brave

Comparative லட்சுமணன் ராவணனை விட வீரமானவன்

Lakshmana is braver than Ravana

Superlative ராமன் அனைவரையும் விட வீரமானவன்

Rama is the bravest of all.

5. The word எளிது (Easy)

Positive அறிவியல் எளிதானது

Science is easy

Comparative	அறிவியல் கணிதத்தை விட எளிதானது

Science is easier than Maths

Superlative	அறிவியல் எல்லாவற்றையும் விட எளிதானது

Science is the easiest of all.

Formation of Adjectives:

Adjectives can be formed by adding special suffixes with nouns.

(i) By adding -ஆன to nouns

உண்மை	உண்மையான
நேர்மை	நேர்மையான
வீரம்	வீரமான

(ii) By adding -த்தனமான to nouns

புத்திசாலி	புத்திசாலித்தனமான
முட்டாள்	முட்டாள்தனமான
வெகுளி	வெகுளித்தனமான

(iii) By adding -உள்ளto nouns

கருணை	கருணை உள்ள
நறுமணம்	நறுமண முள்ள
சுவை	சுவை உள்ள

(iv) By adding -நிறைந்த to nouns

இன்பம்	இன்பம் நிறைந்த
துன்பம்	துன்பம் நிறைந்த
அன்பு	அன்பு நிறைந்த

(v) By adding -சார்ந்த to nouns

அறம்	அறம் சார்ந்த
வலிமை	வலிமை சார்ந்த
அழகு	அழகு சார்ந்த

(vi) By adding -உடன் கூடிய to nouns

வீரம்	வீரத்துடன் கூடிய
நட்பு	நட்புடன் கூடிய
அறம்	அறத்துடன் கூடிய

13TH STEP பதிமூன்றாம் நிலை

VERB
வினைச் சொல்

வினைச் சொல் (Verb) is a word which tells us something about a person, place or thing.

Verbs are generally of two kinds— (i) Transitive and (ii) Intransitive.

(i) செயப்படு பொருள் குன்றா வினை Transitive Verb (A word which requires an object), as— அவன் பந்தை அடித்தான். Here அடித்தான் is a transitive verb, because it requires the object பந்து to complete its sense.

(ii) செயப்படு பொருள் குன்றிய வினை Intransitive Verb (A word which has no object. It completes the sense itself); as— ரமா நடந்தாள். Here நடந்தாள் is an intransitive verb because it has no object.

Here are some transitive verbs and intransitive verbs. These should be noticed. The basic forms of verbs as listed in the dictionaries (root verbs) are given below

1. செயப்படு பொருள் குன்றா வினைTransitive Verbs

செய்	do	கேள்	hear
படி	read	சொல்	tell
எழுது	to write	வை	keep

2. செயப்படு பொருள் குன்றிய வினை Intransitive Verbs

நட	walk	வா	come
வாழ்	live	போ	go
எழு	rise	இரு	be

Both the verbs, transitive and intransitive, have Infinitive forms.

எச்ச வினை Infinitive Verbs

நடக்க	to walk	படிக்க	to read

சிரிக்க	to laugh	கேட்க	to listen
பார்க்க	to see	குடிக்க	to drink

ஏவல் வினைவடிவம் Imperative Mood

The imperative mood is used when we command, advise or request any person to do a thing. The imperative sentences are formed by adding an imperative suffix to the root or infinitive verbs.There are two types of imperative sentences.They are-

    (i) Basic imperative

    (ii) Polite imperative

Basic imperative:

Indicative - தொலைக்காட்சி பார்

               Watch the television

Negative -   தொலைக்காட்சி பார்க்காதே

               Don't watch the television

Indicative - கட்டுரை எழுது

               Write an essay

Negative -   கட்டுரை எழுதாதே

               Don't write an essay

Here the negative sentences are formed by addding the imperative suffix - ஆதே

Polite imperative:

Indicative - தொலைக்காட்சி பாருங்கள்

               Please,watch the television

Negative -   தொலைக்காட்சி பார்க்காதீர்கள்

               Please,don't watch the television

Indicative - கட்டுரை எழுதுங்கள்

               Please,write an essay

Negative -   கட்டுரை எழுதாதீர்கள்

               Please,don't write an essay

Here the indicative sentences are formed by adding the imperative suffix - ங்கள் and the negative sentences are formed by addding the imperative suffix - ஆதீர்கள்.

Additional information:

Some sentences are formed by adding the imperative suffix - வேண்டும் (should, have to) / வேண்டாம் (shouldn't, haven't to):

Indicative - தொலைக்காட்சி பார்க்க வேண்டும்

You have to watch the television

Negative - தொலைக்காட்சி பார்க்க வேண்டாம்

You don't have to watch the television

Indicative - கட்டுரை எழுத வேண்டும்

You have to write an essay

Negative - கட்டுரை எழுத வேண்டாம்

You don't have to write an essay

14TH STEP பதினான்காம் நிலை

TENSE (1)
காலம் (1)

காலம் (Tense) of a verb shows the time of an action. There are three main tenses in Tamil :

    (i)   நிகழ் காலம்   Present Tense

    (ii) எதிர் காலம்   Future Tense

    (iii) இறந்த காலம்   Past Tense

We shall study all the three tenses respectively.

Simple tenses:

The formation of simple tenses in Tamil is explianed in the formula given below:

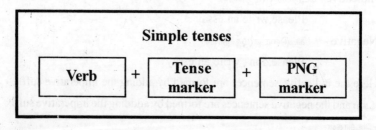

Simple tenses		
Verb +	**Tense marker** +	**PNG marker**

Tense marker	-Present, Past and Future
PNG marker	-P -Person (First, Second, Third)
	N-Numebr (Singular,Plural)
	G-Gender (Masculine,Feminine,Common)

Tense markers:

On the basis of the tense markers, the verb stems have to be classified as follows.

Typical Stem	Past marker	Present marker	Future marker
செய் do	த்	கிற்	வ்
ஆள் rule	ண்ட்	கிற்	வ்
அஞ்சு fear	இன்	கிற்	வ்
நடு plant	ட்-ட்ட்	கிற்	வ்
உண் eat	ட்	கிற்	ப்
கேள் hear	ட்ட்	க்கிற்	ப்ப்
நட walk	ந்த்	க்கிற்	ப்ப்

செய் Type :

அவர் இந்த வேலையைச் செய்தார்
He did this work

அவர் இந்த வேலையைச் செய்கிறார்
He is doing this work

அவர் இந்த வேலையைச் செய்வார்
He will do this work

ஆள் Type :

அவர் இந்த நாட்டை ஆண்டார்
He ruled this country

அவர் இந்த நாட்டை ஆள்கிறார்
He is ruling this country

அவர் இந்த நாட்டை ஆள்வார்
He will rule this country

அஞ்சு Type :

ராமன் அஞ்சினான்
Rama feared

ராமன் அஞ்சுகிறான்
Rama fears

ராமன் அஞ்சுவான்
Rama will fear

நடு Type :

அவர் ஒரு மரம் நட்டார்
He planted a tree

அவர் ஒரு மரம் நடுகிறார்
He plants a tree

அவர் ஒரு மரம் நடுவார்
He will plant a tree

கேள் Type :

அவர் கேட்டார்
He listened

அவர் கேட்கிறார்
He listens

அவர் கேட்பார்
He will listen

உண் Type :

அவர் உண்டார்
He ate

அவர் உண்கிறார்
He eats

அவர் உண்பார்
He will eat

நட Type :

அவர் நடந்தார்
He walked

அவர் நடக்கிறார்
He walks

அவர் நடப்பார்
He will walk

15TH STEP பதினைந்தாம் நிலை

TENSE (2)
காலம் (2)

We have learnt the simple tenses in the previous step. Forming Perfect and Continuous tenses are simple straight forward in Tamil.

To form a Perfect or Continuous tense, first we have to transform the root verb into Past participle.

By adding the apt Past tense marker and உ (u) / இ (i), we can derive Past participle.

Examples:

படி	படித்து
எழுது	எழுதி
நடி	நடித்து
ஓடு	ஓடி
சிரி	சிரித்து

The formula given below shows the order of Perfect / Continuous tense phrases.

Perfect / Continuous tense			
Past participle of verb +	இரு for Perfect / கொண்டிரு for Continuous +	Tense marker of இரு / கொண்டிரு +	PNG marker

Past perfect tense:

நான் பேசியிருந்தேன்
I had spoken
நான் அந்த செய்தியைக் கேள்விப்பட்டிருக்கவில்லை
I had not heard that news

Past continuous tense:

அவன் படித்துக் கொண்டிருந்தான்
He was reading
நான் செய்து கொண்டிருந்தேன்
I was doing

Present perfect tense:

நீங்கள் ஏன் வந்திருக்கிறீர்கள் ?
Why have you come ?
நாங்கள் உங்களுடன் பேச வந்திருக்கிறோம்
We have come to talk to you

Present continuous tense:

நாய்கள் குரைத்துக் கொண்டிருக்கின்றன
The dogs are barking
நான் உன்னைப் பற்றி நினைத்துக் கொண்டிருக்கிறேன்
I have been thinking of you

Future perfect tense:

நான் ஒரு கடிதம் எழுதி இருப்பேன்
I shall have written a letter
அவள் ஒரு பாடல் பாடி இருப்பாளா ?
Will she have sung a song ?

Future continuous tense:

நான் நாளை போவேன்
I shall be going tomorrow
அவன் திங்கட்கிழமை வரமாட்டான்
He will not be coming on monday
அவன் இதைச் செய்து கொண்டிருப்பான்
He will be doing this

16TH STEP பதினாறாம் நிலை

VOICE

வினை வகை

As we know, there are two kinds of voice in English. But Tamil has three kinds of voice namely:

(i) செய் வினை — Active voice

(ii) செயப்பாட்டு வினை — Passive voice

(iii) மறைமுக எழுவாய் வினை — Impersonal voice.

The function of the voice is to show whether in a particular sentence the subject or the object of a verb is prominent.

In the *Active voice,* the importance is given to the subject. For example:

நான் கடிதம் எழுதுகிறேன் I write a letter.

In this sentence நான் (subject) is important hence the stress on it. But if the object is to be given prominence, the verb gets an additional படு with tense and PNG markers in the past tense and the subject takes the case-ending ஆல் (by). Then it becomes *Passive voice.*

கடிதம் என்னால் எழுதப்பட்டது The letter is written by me.

In the *Impersonal voice,* the verb used is to be transitive and remains in the third person irrespective of the number and the gender of the object or subject. In the third person its number is always singular.The subject is expressed in dative case.

எனக்கு இனிப்பு பிடிக்கும் I like sweets

அவருக்கு ஜுரமாக உள்ளது He is suffering from fever

வினைவகை மாற்றம் Change of voice :

When we change a sentence from the Active voice to the Passive voice, the object of the Active voice becomes the subject of the Passive voice and vice versa.

The Passive voice is formed by adding related tense forms of படு to the past tense and ஆல் or மூலம் with the subject.

Active நான் பூ பறித்தேன் pluck the flower.

Passive	: பூ என்னால் பறிக்கப்பட்டது	The flower was plucked by me.
Active	: அவள் பாட்டு பாடுகிறாள்	She is singing a song.
Passive	: ஒரு பாட்டு அவளால் பாடப்பட்டது	A song was sung by her.
Actice	: ராமன் ராவணனை கொன்றான்	Rama killed Ravana.
Passive	: ராவணன் ராமனால் கொல்லப்பட்டான்	Ravana was killed by Rama
Active	: ஷாஜகான் தாஜ்மகாலைக் கட்டினார்	Shah Jahan built the Taj Mahal.
Passive	: தாஜ்மகால் ஷாஜகானால் கட்டப்பட்டது	The Taj Mahal was built by Shah Jahan

The Impersonal voice is formed by only transitive verbs.

Examples:

Active	: நான் படம் பார்க்க விரும்புகிறேன்	I like watching movies
Impersonal	: எனக்கு படம் பார்க்கப் பிடிக்கும்	I like watching movies

The English version of the Impersonal voice is the same as the Active voice, because in English, there is no Impersonal voice.

17TH STEP பதினேழாம் நிலை

THE KINDS OF SECONDARY VERBS

துணை வினைகள்

1. காரண வினை Causal Verb

காரண வினை (Causal verb) shows an effect to cause others to do something. Some of them are :

Root	Causal verb
படி	படிக்கச் செய்
செய்	செய்வி
போ	போக வை
முடி	முடிக்கச் செய்
ஓடு	ஓடச் செய்
பாடு	பாடச் செய்
நட	நடக்க வை
துற	துறக்க வை
எழுது	எழுத வை

அவன் என்னை அப்படி செய்வித்தான்

He made me to do so

இந்தக் கடிதத்தை மாலாவை எழுத வை

Get this letter written by mala

ராமுவை அங்கு போக வை

Made ramu to go there

அம்மா எங்களை சாப்பிட வைத்தார்

Mother made us to eat

அவனை கட்டுரை எழுத வை

Made him to write an essay

ஆசிரியர் என்னை மேடையில் பேச வைத்தார்

Teacher made me to speak on the stage

வேலையை சீக்கிரம் முடிக்கச் செய்

Made them to finish the work earlier

அவள் அனைவரையும் திரும்பிப் பார்க்க வைத்தாள்

She made everybody look around

துணை வினைச் சொற்கள் Auxiliary verbs:

துணை வினை (Auxiliary verb) helps to form a tense or mood of some principal verb. While conjugating, changes occur in the auxiliary verb and the principal verb remains unchanged. some of them are equivalent to *may, might, can, must, should*, etc.

என்னால் கடலில் நீந்த முடியும்

I can swim in the sea

உங்களால் இந்தப் பெட்டியைத் தூக்க முடியுமா ?

Can you lift this box ?

நீ உன் கையெழுத்தை மேம்படுத்த வேண்டும்

You must improve your handwritting

நாம் சீக்கிரமாக எழுந்திருக்க வேண்டும்

We must get up early

சிறுவர்கள் தங்கள் பெற்றோரை மதிக்க வேண்டும்

Children should obey their parents

நீங்கள் உங்கள் சத்தியத்தை காப்பாற்ற வேண்டும்

You should keep your promise

கூட்டு வினை Complex verb:

In Tamil complex verbs are formed by pairing a main verb and an aspectual verb. Aspectual verbs are nothing but normal verbs, but sheds their literal meaning. They are used to describe an event/state in various points of view.

விடு - அவன் வந்து விட்டான்

He had come

பார் - அவன் எழுதிப் பார்த்தான்

He tried writing

காட்டு - அவன் எழுதிக் காட்டினான்

He showed how to write

கொள் - அவன் வாங்கிக் கொண்டான்

He bought for himself

கொள் - அவர்கள் அடித்துக் கொண்டார்கள்

They were beating each other

18TH STEP பதினெட்டாம் நிலை

OTHER PARTS OF SPEECH

பிற வாக்கியப் பகுதிகள்

Adverbs

In the modern Tamil, the adverbs are of two kinds : Simple adverb and Derived adverb.

Simple adverb

Those words which primarily have adverbial function and which are not descriptively derived from any other grammatical category are called simple adverbs. Some of them are

நன்கு well

உரக்க loudly

உரத்து loudly

மெல்ல slowly

அவன் நன்றாக விளையாடினான்

He played well

அவள் மெல்ல நடந்தாள்

She walked slowly

Derived adverb

Those words which have adverbial function and which are mostly derived from nouns are called derived adverbs. The adverbial marker is ஆக (aaka) (which freely alternates with ஆய் (aay) is added.

வேகமாக fast

தெவாக slowly

கோபமாக Angrily

சோமு வேகமாக ஓடுகிறான்

Somu is running fast

அவள் கோபமாகக் கத்தினாள்

She shouted angrily

Intensifiers

Those words which qualify adjectives, adevrbs, verbs, and certain abstract nouns are called Intensifiers. There are only a few words which come under this group.

The following are the intensifiers in Tamil

மிக very much

மிகவும் very, very much

ரொம்ப very, very much

நிரம்ப very, very much
இது மிக நல்ல பாடல்
This is a very good poem
அவன் மிகவும் மகிழ்ந்தான்
He rejoiced very much

Conjunction

That which conjoins two or more words, phrases or sentences is called a conjunction.

The conjunctions may be classified into two major classes : Coordinating conjunctions and Subordinating conjunctions.

Coordinating conjunctions

The Coordinating conjunctions conjoin nouns, noun compounds, adverbs, phrases or sentences of the same grammatical rank. The Coordinating conjunctions are subdivided as correlatives and non-correlatives.

correlatives:

உம் and

ஓ or

வானமும், நிலவும் போல
Like the moon and the sky

அவனோ அவளோ நிச்சயம் வருவார்கள்
He or she will come definitely

Non-correlatives.

ஆனால் but

ஆகையால் so

அதனால் therefore

அந்த மனிதன் ஏழை, ஆனால் நேர்மையானவன்
The man is poor, but honest

அவன் கடினமாக உழைத்தான், ஆகையால் பரிசை வென்றான்
He worked hard, so he won the prize

Subordinating conjunctions

The Subordinating conjunctions conjoin the subordinating clause to another clause on which it depends. This class of conjunctions may also be divided into correlatives and non-correlatives.

correlatives:

ஆனால் if

என்றால் if

அவர் வருவாரானால் நானும் வருவேன்
If he comes I also will come

அவர் வருவாரென்றால் நானும் வருவேன்

If he comes I also will come

Non-correlatives.

உம் either

ஆவது atleast

அவரும் வரவில்லை

He didnot come, either

அவராவது வந்திருக்கலாம்

Atleast he could have come

Interjections

The exclamatory words which express strong emotions are called interjections. An interjection occurs before a sentence or in isolation.

அடேயப்பா, என்ன உறுதி !

Oh, how strong !

ஐயோ பாவம் !

How sad !

Sentence/Phrase introducers:

There are certain items such as அதாவது (that is) and ஆகவே (therefore) which function as a kind of introductory markers. They are called introductory. The introductory items always occur at the beginning of a sentence.

அதாவது that is

ஆகவே therefore

அவன் வருகிறான், ஆகவே நாம் கவலைப்படத் தேவையில்லை

He is coming, therefore we need not worry

When you call somebody

As already defined, the words which are used to draw the attention of the hearers are called summoners. They are called attention getters.

ஹேய் hey

இங்கே பார் look here

இங்கே பாருடா look here (masc.non.hon)

இங்கே பாருடி look here (fem.non.hon)

இங்கே பாருங்க look here (Hum.hon)

When you reply somebody

Words which are used as a mark of response are termed here as Responsives.

நான் இங்கே இருக்கிறேன் I am here (Neutral)

நான் இங்கே இருக்கிறேன்டா I am here (masc.non.hon)

நான் இங்கே இருக்கிறேன்டி I am here (fem.non.hon)

19TH STEP பத்தொன்பதாம் நிலை

CARDINAL NUMERALS (ENGAL)

எண்கள்

1.ஒன்று
2.இரண்டு
3.மூன்று
4.நான்கு
5.ஐந்து
6.ஆறு
7.ஏழு
8.எட்டு
9.ஒன்பது
10.பத்து
11.பதினொன்று
12.பன்னிரண்டு
13.பதிமூன்று
14.பதிநான்கு
15.பதினைந்து
16.பதினாறு
17.பதினேழு
18.பதினெட்டு
19.பத்தொன்பது
20.இருபது
21.இருபத்தி ஒன்று
22.இருபத்திஇரண்டு
23.இருபத்தி மூன்று
24.இருபத்தி நான்கு
25.இருபத்தி ஐந்து
26.இருபத்தி ஆறு
27.இருபத்தி ஏழு
28.இருபத்தி எட்டு
29.இருபத்தி ஒன்பது
30.முப்பது
31.முப்பத்தி ஒள்று
32.முப்பத்தி இரண்டு
33.முப்பத்தி மூன்று
34.முப்பத்தி நான்கு
35.முப்பத்தி ஐந்து
36.முப்பத்தி ஆறு
37.முப்பத்தி ஏழு
38.முப்பத்தி எட்டு
39.முப்பத்தி ஒன்பது
40.நாற்பது
41.நாற்பத்தி ஒன்று
42.நாற்பத்தி இரண்டு
43.நாற்பத்தி மூன்று
44.நாற்பத்தி நான்கு
45.நாற்பத்தி ஐந்து
46.நாற்பத்தி ஆறு
47.நாற்பத்தி ஏழு
48.நாற்பத்தி எட்டு
49.நாற்பத்தி ஒன்பது
50.ஐட்பது
51.ஐம்பத்தி ஒன்று
52.ஐம்பத்திஇரண்டு
53.ஐம்பத்தி மூன்று
54.ஐம்பத்தி நான்கு
55.ஐம்பத்தி ஐந்து
56.ஐம்பத்தி ஆறு
57.ஐம்பத்தி ஏழு
58.ஐம்பத்தி எட்டு
59.ஐம்பத்தி ஒன்பது
60.அறுபது
61.அறுபத்து ஒன்று
62.அறுபத்துஇரண்டு
63.அறுபத்து மூன்று
64.அறுபத்து நான்கு
65.அறுபத்து ஐந்து
66.அறுபத்து ஆறு
67.அறுபத்து ஏழு
68.அறுபத்து எட்டு
69.அறுபத்துஒன்பது
70.எழுபது
71.எழுபத்து ஒன்று
72.எழுபத்துஇரண்டு
73.எழுபத்து மூன்று
74.எழுபத்து நான்கு
75.எழுபத்து ஐந்து
76.எழுபத்து ஆறு
77.எழுபத்து ஏழு
78.எழுபத்து எட்டு
79.எழுபத்துஒன்பது
80.எண்பது
81.எண்பத்து ஒன்று
82.எண்பத்துஇரண்டு
83.எண்பத்து மூன்று
84.எண்பத்து நான்கு
85.எண்பத்து ஐந்து
86.எண்பத்து ஆறு
87.எண்பத்து ஏழு
88.எண்பத்து எட்டு
89.எண்பத்துஒன்பது
90.தொன்னூறு
91.தொன்னூற்று ஒன்று
92.தொன்னூற்று

இரண்டு

93.தொன்னூற்று மூன்று

94.தொன்னூற்று நான்கு

95.தொன்னூற்று ஐந்து

96.தொன்னூற்று ஆறு

97.தொன்னூற்று ஏழு

98.தொன்னூற்று எட்டு

99.தொன்னூற்று ஒன்பது

100. நூறு

1,000 ஆயிரம்	1,00,000 ஒரு லட்சம்	1,00,00,000 ஒரு கோடி

Ordinals வரிசைகள் (Varisaigal)

1st	முதலாவது	6th	ஆறாவது
2nd	இரண்டாவது	7th	ஏழாவது
3rd	மூன்றாவது	8th	எட்டாவது
4th	நான்காவது	9th	ஒன்பதாவது
5th	ஐந்தாவது	10th	பத்தாவது

Multiplicative numerals பெருக்கல்கள் (Perukkalgal)

Twofold	இரண்டு மடங்கு	Sevenfold	ஏழு மடங்கு
Threefold	மூன்று மடங்கு	Eightfold	எட்டு மடங்கு
Fourfold	நான்கு மடங்கு	Ninefold	ஒன்பது மடங்கு
Fivefold	ஐந்து மடங்கு	Tenfold	பத்து மடங்கு
Sixfold	ஆறு மடங்கு		

Frequentative numerals தடவைகள் (thadavaigal)

Once	ஒரு முறை	Four times	நான்கு முறை
Twice	இரு முறை	Five times	ஐந்து முறை
Thrice	மும்முறை		

Aggregative numerals கூட்டுகள் (Kuuttugal)

Both	இருவரும்	All twenty	இருபது பேரும்
All three	மூவரும்	Scores of	இருபது பேர்களான
All four	நால்வரும்	Hundreds of	நூற்றுக்கணக்கான
All ten	பத்துப் பேரும்	Thousands of	ஆயிரக்கணக்கான

20TH STEP இருபதாம் நிலை

WORDS OFTEN MISTAKEN

தவறாக புரிந்து கொள்ளப்படும் வார்த்தைகள்

There are some Words in Tamil, which are often mistaken by common men. Some of them are as follows.

பனி -	பனிக்காலம் Snow	உழவு -	விவசாயம் Agriculture
பணி -	வேலை Work	உளவு -	வேவு பார்த்தல் Spy
காலை -	அதிகாலை Morning	மரம் -	தாவரம் Tree
காளை -	ஆண் மாடு Bull	மறம் -	வீரம் Braveness
பல்லி -	ஊர்வன உயிரினம் Lizard	பொலிவு -	புத்துணர்ச்சி Brightness
பள்ளி -	கல்விச் சாலை School	பொழிவு -	கொட்டுதல் Rain, Snow fall
விளி -	கூப்பிடு Call	அலகு -	பறவையின் மூக்கு Beak
விழி -	கண் Eye	அழகு -	தோற்றப் பொலிவு Beauty
மனம் -	உள்ளம் Soul	வலை -	மீன் பிடிக்க உதவும் கருவி Net
மணம் -	வாசனை Smell	வளை -	பொந்து Hole
கனம் -	எடை Weight	குளி -	நீரால் உடலை தூய்மையாக்கு Take bath
கணம் -	கால அளவு Time	குழி -	பள்ளம் Pit
கலம் -	பாத்திரம் Bowl		
களம் -	இடம் Feild		
பலம் -	வலிமை Strength		
பழம் -	கனி Fruit		

PART 3
CLASSIFIED SENTENCES

21ST STEP இருபத்தி ஒன்றாம் நிலை

USEFUL EXPRESSIONS

பயனுள்ள வாக்கியங்கள்

We can convey our thoughts and feelings through phrases and some brief sayings sentences. Let us learn short.

Here are some phrases and short sentences:

1. Hello!	ஹலோ	halO
2. Happy New Year!	புத்தாண்டு வாழ்த்துக்கள்	puththANdu vAzhththukkaL
3. Same to you!	உங்களுக்கும்	ungkaLukkum
4. Happy birthday to you!	பிறந்தநாள் வாழ்த்துக்கள்	piRan-than-AL vAzhththukkaL
5. Welcome you all!	உங்கள் அனைவரையும் வரவேற்கிறேன்	ungkaL anaivaraiyum varavERkiREn
6. Congratulations!	வாழ்த்துக்கள்	vAzhththukkaL
7. Thanks for your kind visit.	உங்களுடைய வருகைக்கு நன்றி	ungkaLudaiya varukaikku n-anRi
8. Thank God!	கடவுளுக்கு நன்றி	kadavuLukku nanRi
9. Oh my darling!	என் அன்புக்குரியவரே	en anpukkuriyavarE
10. O God!	அடக் கடவுளே	adak kadavuLE
11. Oh!	அட	ada
12. Bravo!	வீரனே	vIranE
13. Woe!	அட	ada
14. Excellent!	பிரமாதம்	piramAtham
15. How terrible!	எத்தனை பயங்கரம்	eththanai payangkaram
16. How absurd!	எத்தனை முட்டாள்தனமான	eththanai muddALthanamAna
17. How beautiful!	எத்தனை அழகான	eththanai azhagAna
18. How disgraceful!	எத்தனை அவமானமான	eththanai avamAnamAna
19. Really!	உண்மையாக	uNmaiyAka
20. O.K.	நல்லது	n-allathu
21. Wonderful!	அற்புதம்	aRputham

22. Thank you!	நன்றி	n-anRi
23. Certainly!	நிச்சயமாக	n-issayamAka
24. What a great victory	என்ன ஒரு மகத்தான வெற்றி	enna oru makaththAna veRRi
25. With best compliments!	அன்புடன்	anpudan

Some useful clauses and short sentences:

1. Just a minute.	ஒரு நிமிடம்	oru n-imidam
2. Just coming.	இதோ வருகிறேன்	ithO varukiREn
3. Any more?	வேறு ஏதாவது ?	vERu EthAvathu ?
4. Enough.	போதும்	pOthum
5. Anything else?	வேறு ஏதாவது ?	vERu EthAvathu ?
6. Nothing to worry.	கவலையில்லை	kavalaiyillai
7. As you like.	உங்கள் விருப்பப்படியே	ungkaL viruppappadiyE
8. Mention not.	பரவாயில்லை	paravAyillai
9. Nothing more.	வேறு ஒன்றுமில்ல	vERu onRumillai
10. Not at all.	இல்லவே இல்லை	illavE illai
11. For the ladies.	பெண்களுக்காக	peNkaLukkAka
12. To let.	வாடகைக்கு	vAdakaikku
13. No admission.	அனுமதி இல்லை	anumathi illai
14. No entrance.	வழி இல்லை	vazi illai
15. No thoroughfare.	இது பொதுவழி அல்ல	ithu pothuvazi alla
16. No talking.	பேசக் கூடாது	pEsak kUdAthu
17. No smoking.	புகைப் பிடிக்கக் கூடாது	pukaip pidikkak kUdAthu
18. No spitting.	எச்சில் துப்பக் கூடாது	essil thuppak kUdAthu
19. No parking.	வாகனம் நிறுத்தக் கூடாது	vAkanam n-iRuththak kUdAthu
20. No going out.	வெளியேறக் கூடாது	veLiyERak kUdAth

22ND STEP இருபத்தி இரண்டாம் நிலை

IMPERATIVE SENTENCES

கட்டளை வாக்கியங்கள்

In the following sentences, there are many verbs in the imperative mood expressing order, request for advice.

Here are some examples of short sentences giving force to verbs.

1. *Sentences Indicating Order:*

1. Be quick.	சீக்கிரம்	sIkkiram
2. Be quiet.	அமைதியாக இரு	a¬maithiyAka iru
3. Come in.	உள்ளே வா	uLLE vA
4. Get out.	வெளியே போ	veLiyE pO
5. Stick no bills.	சுவரொட்டிகளை ஒட்டாதே	suvaroddikaLai oddAthE
6. Don't talk rubbish	முட்டாள்தனமாக பேசாதே	muddALthanamAka pEsAthE
7. Be careful	ஜாக்கிரதை	jAkkirathai
8. Bring a glass of water.	ஒரு டம்ளர் தண்ணீர் கொண்டு வா	oru damLar thaNNIr koNdu vA
9. Don't forget to come tomorrow.	நாளை வர மறந் து விடாதே	n-ALai vara maRan-thu vidAthE
10. Don't hurry.	அவசரப்படாதே	avasarappadAthE
11. Don't be talkative.	ஓயாமல் பேசாதே	OyAmal pEsAthE
12. Speak the truth.	உண்மையைப் பேசு	uNmaiyaip pEsu
13. Don't tell a lie.	பொய் சொல்லாதே	poy sollAthE
14. Go back.	பின்னால் போ	pinnAl pO
15. Work hard.	கடினமாக உழை	kadinamAka uzai
16. Shut the window.	ஜன்னலை மூடு	jannalai mUdu
17. Open the door.	கதவைத் திற	kathavaith thiRa
18. Come forward.	முன்னால் வா	munnAl vA
19. Come alone.	தனியாக வா	thaniyAka vA
20. Sit down.	உட்கார்	udkAr
21. Stand up.	எழுந்திரு	ezun-thiru
22. Get up early.	சீக்கிரம் எழுந் திரு	sIkkiram ezun-thiru
23. Be ready by 8 o' clock.	எட்டு மணிக்கு தயாராக இரு	eddu maNikku thayArAka iru
24. Always keep to the	எப்பொழுதும்	eppozuthum

left.	இடதுபுறமாகச் செல்	idathupuRamAkassel
25. Give up bad habits.	கெட்டப் பழக்கங்களை . விட்டுவிடு	keddappazakkang kaLai vidduvidu
26. Mind your own business.	உன் வேலையைப் பார்	un vElaiyaip pAr
27. Ring the bell.	மணி அடி	maNi adi
28. Take it away.	இதை எடுத்துப் போ	ithai eduththup pO
29. Return the balance.	பாக்கியைத் திருப்பித் தா	pAkkiyaith thiruppith thA

2. Sentences Indicating Request:

30. Please, excuse me.	தயவுசெய்து என்னை மன்னித்து விடுங்கள்	thayavuseythu ennai manniththu vidungkaL
31. Don't mind, please.	தயவுசெய்து தவறாக எடுத்துக் கொள்ளாதீர்கள்	thayavuseythu thavaRAka eduththuk koLLAthIrkaL
32. Please, try to understand me.	தயவுசெய்து என்னைப் புரிந்து கொள்ள முயற்சியுங்கள்	thayavuseythu ennaip purin-thu koLLa muyaRsiyungkaL
33. Please, lend me your bicycle.	தயவுசெய்து எனக்கு உங்கள் சைக்கிளைக் கொடுங்கள்	thayavuseythu enakku ungkaL saikkiLaik kodungkaL
34. Follow me, please.	தயவுசெய்து என்னைப் பின் தொடருங்கள்	thayavuseythu ennaip pinthodarungkaL
35. Please, have a cold drink.	குளிர்பானம் எடுத்துக் கொள்ளுங்கள்	kuLirpAnam eduththuk koLLungkaL
36. Have some coffee, please.	காபி எடுத்துக் கொள்ளுங்கள்	kApi eduththuk koLLungkaL
37. Please, have the room swept.	தயவுசெய்து அறையைத் துடைத்து வையுங்கள்	thayavuseythu aRaiyaith thudaiththu vaiyungkaL
38. Please, call the servant.	வேலைக்காரனைக் கூப்பிடுங்கள்	vElaikkAranaik kUppidungkaL
39. Please, pass me the chilly.	என்னிடம் மிளகாயை எடுத்துக் கொடுங்கள்	thayavuseythu ennidam miLakAyai eduththuk kodungkaL
40. Please, bring us some sweets.	தயவுசெய்து எங்களுக்கு ஏதாவது இனிப்புகளைக் கொண்டு வாருங்கள்	thayavuseythu engkaLukku EthAvathu inippukaLaik koNdu vArungkaL
41. Please deliver the goods at my residence.	தயவுசெய்து சரக்குகளை எனது வீட்டில் கொடுத்து விடுங்கள்	thayavuseythu sarakkukaLai enathu vIddil koduththu vidungkaL

42. Please take your bath.	தயவுசெய்து குளியுங்கள்	thayavuseythu kuLiyungkaL
43. Please have your seat.	உங்களது இருக்கையில் அமருங்கள்	ungkaLathu irukkaiyil amarungkaL
44. Kindly inform at the right time.	சமயத்தில் எங்களுக்கு தெரிவியுங்கள்	samaiyaththil engka Lukku theriviyungkaL
45. Kindly grant me a loan.	தயவுசெய்து எனக்கு கடனுதவி அளியுங்கள்	thayavuseythu enakku kadanuthavi aLiyungkaL

3. Sentences Indicating Advice:

46. Let us go in time.	நாம் நேரத்தில் செல்வாம்	n-Am n-Eraththil selvOm
47. Work hard lest you fail.	கடினமாக உழை இல்லாவிட்டால் நீ தோற்றுவிடுவாய்	kadinamAka uzai illAviddAl n-I thORRuviduvAy
48. Let us wait.	நாம் காத்திருப்போம்	n-Am kAththiruppOm
49. Let us go for a walk.	நாம் நடப்போம்	n-Am n-adappOm
50. Let us make the best use of time.	நாம் நேரத்தை சிறப்பாக பயன்படுத்திக் கொள்வோம்	n-Am n-Eraththai siRappAka payanpaduththik koLvOm
51. Let us try our best.	நம்மால் முடிந்த வரை முயற்சிப்போம்	n-ammAl mudin-thavarai muyaRsippOm
52. Let it be so.	அப்படியே இருக்கட்டும்	appadiyE irukkaddum
53. Let us think first about this matter.	நாம் இந்த விஷயம் குறித்து முதலில் யோசிப்போம்	n-Am in-tha vishayam kuRiththu muthalil yOsippOm
54. Let us go to the cinema together.	நாம் ஒள்றாக சினிமாவுக்குப் போவோம்	n-Am oLRAka sinimAvukkup pOvOm

23RD STEP இருபத்தி மூன்றாம் நிலை

PRESENT TENSE

நிகழ்காலம்

1. *Present Indefinite Tense*

1. I write a letter to my brother.	நான் எனது சகோதரனுக்கு கடிதம் எழுதுகிறேன்	n-An enathu sakOtharanukku kaditham ezuthukiREn
2. Some children like sweets.	சில குழந்தைகளுக்கு இனிப்புகள் பிடிக்கும்	sila kuzan-thaikaLukku inippukaL pidikkum
3 I leave home at 9.00. a.m. everyday.	நான் தினமும் வீட்டில் இருந்து ஒன்பது மணிக்கு கிளம்புகிறேன்	n-An thinamum vIddil irun-thu onpathu maNi kku kiLampukiREn
4. The earth moves round the sun.	பூமி சூரியனை சுற்றுகிறது	bUmi sUriyanai suRRukiRathu
5. A good child always obeys his parents.	நல்ல குழந்தை எப்பொழுதும் தனது பெற்றோருக்கு கீழ்ப் படியும்	n-alla kuzan-thai eppozuthum thanathu peRROrukku kIzppadiyum
6. She drives too quickly.	அவள் விரைவாக வ்ண்டி ஓட்டுகிறாள்	avaL viraivAka vaNdi OddukiRAL
7. I brush my teeth twice a day.	நான் தினமும் இருமுறை பல் துலக்குகிறேன்	n-An thinamum irumuRai pal thulakkukiREn
8. We live in India.	நாம் இந்தியாவில் வாழ்கிறோம்	n-Am in-thiyAvil vAzkiROm
9. You always forget to pay.	நீ எப்பொழுதும் பணம் செலுத்த மறந்து விடுகிறாய்	n-I eppozuthum paNam seluththa maRan-thuvidukiRAy
10. The last bus leaves at midnight.	கடைசி பேருந்து நள்ளிரவில் புறப்படுகிறது	kadaisi pErUn-thu n-aLLiravil puRappa dukiRathu
11. Someone knocks at the door.	யாரோ கதவைத் தட்டுகிறார்கள்	yArO kathavaith thaddukiRArkaL
12. She always wears glasses	அவள் எப்பொழுதும் கண்ணாடி அணிந்திருக்கிறாள்	avaL eppozuthum kaNNAdi aNin-thirukkiRAL

2. *Present Continuous Tense*

1. My mother is sweeping the room.	எங்கள் அம்மா அறையை பெருக்கி கொண்டிருக்கிறார்	engaL ammA araiyai perukki koNdirukkirAr
2. I am reading Nav Bharat Times.	நான் நவ் பாரத் டைம்ஸ் படித்துக் கொண்டிருக்கிறேன்	n-An n-av bArath timS padiththuk koNdirukkiREn
3. The dog is lying under the car.	நாய் காருக்கு அடியில் படுத்துக் கொண்டிருக்கிறது	n-Ay kArukku adiyil paduththuk koNdirukkiRathu
4. He is going to the market.	அவன் மார்க்கெட்டுக்கு போய்க் கொண்டிருக்கிறான்	avan mArkkeddukku pOyk koNdirukkiRAn
5. I am just coming.	நான் வந்துகொண்டே இருக்கிறேன்	n-An van-thukoNdE irukkiREn
6. I am looking at the sky.	நான் வானத்தைப் பார்த்துக் கொண்டிருக்கிறேன்	n-An vAnaththaip pArththuk koNdirukkiREn
7. I am singing the song.	நான் பாட்டுப் பாடிக் கொண்டிருக்கிறேன்	n-An pAddup pAdik koNdirukkiREn
8. She is looking for a pen.	அவள் ஒரு பேனாவைத் தேடிக்கொண்டிருக்கிறாள்	avaL oru pEnAvaith thEdikkoNdirukkiRAL
9. The patient is going to the Hospital	நோயாளி மருத்துவமனைக்கு போய்க்கொண்டிருக்கிறார்	n-OyALi maruththuvamanaikku pOykkoNdirukkiRAr

3. *Doubtful Present Tense*

1. She may be reaching her office.	அவள் அவளது அலுவலகத்தை அடைந்து கொண்டிருக்கலாம்	avaL avaLathu aluvalakaththai adain-thu koNdirukkalAm
2. They may be thinking wrong.	அவர்கள் தவறாக நினைத்துக் கொண்டிருக்கலாம்	avarkaL thavaRAka n-inaiththuk koNdirukkalAm
3. I may be going to Bombay tomorrow.	நான் நாளை பம்பாய் போய்க் கொண்டிருக்கலாம்	n-An n-ALai pampAy pOyk koNdirukkalAm
4. I may be teaching Hindi to my pupils.	நான் எனது மாணவர் களுக்கு ஹிந்தி கற்பித்துக்கொண்டிருக்கலாம்	n-An enathu mANavarkaLukku hin-thi kaRpiththuk koNdirukkalAm
5. Your sister may be	உங்களது சகோதரி	ungkaLathu sakOthari

waiting for you.	உங்களுக்காக காத்துக் கொண்டிருக்கலாம்	ungkaLukkAka kAtht huk koNdirukkalAm
6. She may be playing on the violin	அவள் வயலின் வாசித்துக் கொண்டிருக்கலாம்	avaL vayalin vAsiththuk koNdirukkalAm
7. She may be returning the money in a week.	அவள் பணத்தை ஒரு வாரத்தில் திருப்பித் தந்து விடலாம்	avaL paNaththai oru vAraththil thiruppith than-thuvidalAm
8. Rama may be learning her lesson in the morning.	ரமா அவளது பாடத்தை காலையில் படித்துக் கொண்டிருக்கலாம்	ramA avaLathu pADaththai kAlaiyil padiththuk koNdirukkalAm

24TH STEP இருபத்தி நான்காம் நிலை

FUTURE TENSE
எதிர்காலம்

1. *Future Indefinite Tense*

1. I shall write a letter to my brother.	நான் எனது சகோதரனுக்கு கடிதம் எழுதலாம்	n-An enathu sakOtharanukku kaditham ezuthalAm
2. My father will reach here by Sunday.	எனது தந்தை ஞாயிற்றுக் கிழமை இங்கு வருவார்	enathu than-thai njAyiRRukkizamai ingku varuvAr
3. The mother will go to the market	அம்மா கடைத்தெருவுக்கு நாளை போவார்	ammA kadaiththe ruvukku n-ALai pOvAr
4. She will study hard this year.	அவள் இந்த வருடம் கஷ்டப்பட்டுப் படிப்பாள்	avaL in-tha varudam kashdappaddup padippAL
5. It will serve my purpose.	இது எனது தேவையைப் பூர்த்தி செய்யும்	ithu enathu thEvaiyaip pUrththi seyyum
6. I shall return day after	நான் நாளை மறுநாள் திரும்பலாம்	n-An n-ALai maRun-AL thirumpalAm
7. My brother will stay here at night.	எனது சகோதரர் இரவு இங்கு தங்குவார்	enathu sakOtharar ira vu ingku thangkuvAr
8. I shall return in the evening definitely.	நான் நிச்சயமாக மாலை திரும்பி விடுவேன்	n-An n-issayamAka mAlai thiruppividuvEn

9. I will do it whatever happens.	எது நடந்தாலும் நான் அதைச் செய்வேன்	ethu n-adan-thAlum n-An athais seyvEn
10. I will certainly give you what you want.	நான் நிச்சயமாக நீங்கள் விரும்புவதைத் தருவேன்	n-An n-issayamAka n-IngkaL virumpu vathaith tharuvEn
11. We shall start at about 5 o'clock.	நாம் சுமார் ஐந்து மணிக்கு கிளம்பலாம்	n-Am sumAr ain-thu maNikku kiLampalAm
12. I will give up smoking definitely.	நான் நிச்சயமாக புகைப்பிடிப்பதை விட்டுவிடுவேன்	n-An n-issayamAka pukaippidippathai vidduviduvEn
13. I will come positively.	நான் நிச்சயமாக வருவேன்	n-An n-issayamAka varuvEn
14. I will see it later on.	நான் அதைப் பிறகு பார்க்கிறேன்	n-An athaip piRaku pArkkiREn

2. *Contingent Future Tense*

1. If your elder brother comes you must come too.	உங்களது அண்ணா வந்தால் நீங்களும் கண்டிப்பாக வாருங்கள்	ungkaLathu aNNA van-thAl n-IngkaLum kaNdippAka vArungkaL
2. If you stay I will also stay.	நீங்கள் தங்கினால் நானும் தங்குவேன்	n-IngkaL thangkinAl n-Anum thangkuvEn
3. Ranjana may arrive today.	ரஞ்சனா இன்று வரலாம்	ranjsanA inRuvaralAm
4. I may invite my colleagues also.	நான் எனது உடன் பணிபுரிபவர்களையும் அழைக்கலாம்	n-An enathu udan paNipuripavar kaLaiyum azaikkalAm
5. If you go for a walk, call me also.	நீங்கள் நடக்கப் போனால் என்னையும் கூப்பிடுங்கள்	n-IngkaL n-adakkap pOnAl ennaiyum kUppidungkaL
6. You may rest in my cottage if you like.	நீங்கள் விரும்பினால் எனது காட்டேஜில் ஓய்வெடுக்கலாம்	n-IngkaL virumpinAl enathu kAddEjil OyvedukkalAm
7. I may leave this station any time.	நான் இந்த நிலையத்தை விட்டு எப்பொழுது வேண்டுமானாலும் புறப்படலாம்	n-An in-tha n-ilaiyaththai viddu eppozuthu vENdumAnAlum puRappadalAm
8. She may attend the meeting tomorrow.	அவள் நாளை கூட்டத்தில் கலந்து கொள்ளலாம்	avaL n-ALai kUddath thil kalan-thu koLLalAm
9. Lest he may escape.	அவன் தப்பிவிடாது இருக்க வேண்டும்	avan thappividAthu irukka vENdum

25TH STEP இருபத்தி ஐந்தாம் நிலை

PAST TENSE(1)

இறந்தகாலம் (1)

1. *Past Indefinite*

1. The students reached the classroom.	மாணவர்கள் வகுப்பறையை அடைந்துவிட்டார்கள்	mANavarkaL vakuppaRaiyai adainthuviddArkaL
2. The police arrested the accused.	காவல்துறையினர் குற்றவாளியை கைது செய்து விட்டார்கள்	kAvalthuRaiyinar kuRRavALiyai kaithu seythu viddArkaL
3. I saw him yesterday.	நான் அவனை நேற்று பார்த்தேன்	n-An avanai n-ERRu pArththEn
4. We sat down on the path while walking.	நடக்கும் போது நாங்கள் பாதையில் உட்கார்ந்தோம்	n-adakkum pOthu n-AngkaL pAthaiyil udkArn-thOm
5. I went to your house in the morning.	நான் காலையில் உன் வீட்டிற்குப் போயிருந்தேன்	n-An kAlaiyil un middiRkup pOyirun-thEn
6. We gave her a warm welcome.	நாங்கள் அவளுக்கு சிறப்பான வரவேற்பளித்தோம்	n-AngkaL avaLukku siRappAna varavERpaLiththOm
7. The teacher punished the naughty students.	ஆசிரியர் குறும்பு செய்த மாணவர்களை தண்டித்தார்	Asiriyar kuRumpu seytha mANavarkaLai thaNdiththAr
8. You witnessed the match.	நீ மேட்ச் பார்த்தாய்	n-I mEds pArththAy
9. The children ran and played.	சிறுவர்கள் ஓடி விளையாடினார்கள்	siRuvarkaL Odi viLaiyAdinArkaL
10. They laughed at the beggar.	அவர்கள் பிச்சைக்காரனைப் பார்த்து சிரித்தார்கள்	avarkaL pissaik kAranaip pArththu siriththArkaL
11. The girls sang a song.	பெண்கள் பாட்டு பாடினார்கள்	peNkaL pAddu pAdinArkaL
12. The mother told a story of a king.	அம்மா ஒரு ராஜாக் கதை சொன்னார்கள்	ammA oru rAjAk kathai sonnArkaL
13. The baby took a sound sleep.	குழந்தை ஆழ்ந்து தூங்கியது	kuzan-thai Azn-thu thUngkiyathu
14. Rekha wrote a	ரேகா அவளது	rEkA avaLathu n-

letter to her best friend.	நெருங்கிய தோழிக்கு கடிதம் எழுதினாள்	erungkiya thOzikku kaditham ezuthinAL
15. They ate, drank and became happy.	அவர்கள் சாப்பிட்டு, குடித்து மகிழ்ச்சியாக இருந்தார்கள்	avarkaL sAppiddu, kudiththu makizssiyAka irun-thArkaL

2. *Present Perfect*

1. I have done my work.	நான் எனது வேலையை செய்துவிட்டேன்	n-An enathu vElaiyai seythuviddEn
2. She has seen me in the restaurant.	அவள் என்னை ரெஸ்டா ரன்டில் பார்த்தாள்	avaL ennai eSdArandil pArththAL
3. You have read this book.	நீ இந்தப் புத்தகத்தைப் படித்திருக்கிறாய்	n-I in-thap puththakat hthaipadiththirukkiRAy
4. I have finished my work.	நான் எனது வேலையை முடித்துவிட்டேன்	n-An enathu vElaiyai mudiththuviddEn
5. My mother has arrived at home.	எனது அம்மா வீட்டிற்கு வந்து விட்டார்கள்	enathu ammA middi Rku vanthuviddArkaL
6. Garima has sung a song.	கரீமா ஒரு பாட்டுப் பாடி இருக்கிறாள்	karImA oru pAddup pAdi irukkiRAL
7. The students have gone to their home.	மாணவர்கள் அவர்களது வீடுகளுக்கு போய்விட்டார்கள்	mANavarkaL avarkaLathu vIdukaLukku pOyviddArkaL
8. The sweeper has just washed the floor.	துடைப்பவர் இப்பொழுதுதான் தரையைக் கழுவினார்	thudaippavar ippozuthuthAn tharaiyaik kazuvinAr
9. The phone has stopped ringing.	தொலைபேசி அடிப்பது நின்றுவிட்டது	tholaipEsi adippathu n-inRuviddathu
10. Someone has broken the	யாரோ கடிகாரத்தை உடைத்திருக்கிறார்கள்	yArO kadikAraththai udaiththirukkiRArkaL
11. They have heard the sad news	அவர்கள் துக்கச் செய்தியை கேட்டார்கள்	avarkaL thukkas seythiyai kEddArkaL
12. She has made the coffee.	அவள் காபி தயாரித்திருக்கிறாள்	avaL kApi thayAriththirukkiRAL
13. I have paid the bill.	நான் பில்லைக் கட்டியிருக்கிறேன்	n-An pillaik kaddiyirukkiREn
14. Father has planted a tree.	அப்பா ஒரு மரத்தை நட்டிருக்கிறார்	appA oru maraththai n-addirukkiRAr
15. The play has just began.	நாடகம் இப்பொழுது தான் தொடங்கியது	n-Adakam ippozuthu thAn thodangkiyathu

3. *Past Perfect*

1. I had already written the letter.	நான் ஏற்கெனவே கடிதம் எழுதிவிட்டேன்	n-An ERkenavE kaditham ezuthividdEn
2. She had seen this picture before.	அவள் இந்தப் படத்தை முன்பே பார்த்துவிட்டாள்	avaL in-thap padaththai munpE pArththuviddAL
3. Till last evening I had not seen him.	நேற்று மாலை வரை நான் அவனைப் பார்க்கவில்லை	n-ERRu mAlai varai n- An avanaip pArkkavillai
4. Anil had gone home before Amit came.	அமீத் வருவதற்கு முன் பாக அனில் வீட்டிற்குப் போய்விட்டான்	amIth varuvathaRku munpAka anil viddiR kup pOyviddAn
5. I had finished my breakfast when Rita came.	ரீட்டா வந்தபோது நான் எனது காலைச் சிற்று ண்டியைமுடித்துவிட்டேன்	rIttA van-thapOthu n- An enathu kAlais siR RuNdiyai mudith thuviddEn
6. We had lived in Lajpat Nagar since 1950.	நாங்கள் 1950 முதல் லஜ்பத் நகரில் வசித்து வந்தோம்	n-AngkaL 1950 muthal lajpath n-akaril vasiththu van-thOm
7. I had waited for you for the last five days.	நான் உனக்காக கடந்த ஐந்து நாட்களாகக் காத்திருந்தேன்	n-An unakkAka kadan -tha ain-thu n-AdkaLA kak kAththirun-thEn
8. We had never seen such a match before.	நாம் இதற்கு முன்பு இப்படி ஒரு மேட்ச்சைப் பார்த்ததில்லை	n-Am ithaRku munpu ippadi oru mEdssaip pArththathillai
9. She had drunk the water.	அவள் தண்ணீரைக் குடித்துவிட்டாள்	avaL thaNNIraik kudit hthuviddAL
10. My sister had passed the degree examination.	எனது சகோதரி டிகிரித் தேர்வில் தேறி விட்டாள்	enathu sakOthari diki rith thErvil thERi vittA
11. I had come here to meet you.	நான் உங்களை சந்திப்ப தற்காக இங்கு வந்திருக்கிறேன்	n-An ungkaLai san- thippathaRkAka ingku vanthirukkiREn
12. They had not paid the debt.	அவர்கள் கடனைக் கட்டவில்லை	avarkaL kadanaik kaddavillai
13. We had purhased the shirts.	நாங்கள் சட்டைகள் வாங்கினோம்	n-AngkaL saddaikaL vAngkinOm
14. The train had left the platform before we arrived there.	நாங்கள் சென்ற போது ரயில்வண்டி நடைமேடையை விட்டு கிளம்பிவிட்டது	n-AngkaL senRapO thu rayilvaNdi n- adaimEdaiyai viddu kiLampividdathu

26TH STEP இருபத்தி ஆறாம் நிலை

PAST TENSE(2)

இறந்தகாலம் (2)

4. *Doubtful Past*

1. Yashodhara might have come.	யசோதரா வந்திருக்கலாம்	yasOtharA van-thirukkalAm
2. You might have heard the name of Tagore.	நீங்கள் தாகூர் பெயரைக் கேட்டிருக்கலாம்	n-IngkaL thAkUr peyaraik kEddirukkalAm
3. She might have forgotten the past.	அவள் கடந்த காலத்தை மறந்திருக்கலாம்	avaL kadan-thakAlath thai maRan-irukkalAm
4. They might have slept.	அவர்கள் தூங்கியிருக்கலாம்	avarkaL thUngkiyirukkalAm
5. They might have paid her the old dues.	அவர்கள் அவளிடம் பழைய கடன்களை செலுத்தியிருக்கலாம்	avarkaL avaLidam pazaiya kadankaLai seluththiyirukkalAm
6. He might have thought that I would be there still.	நான் இன்னும் அங்கே இருப்பேன் என அவன் நினைத்திருக்கலாம்	n-An innum angkE iruppEn ena avan n-inaiththirukkalAm
7. Mr. Malik might have written the letter.	திரு.மாலிக் அந்த கடிதத்தை எழுதியிருக்கலாம்	thiru.mAlik an-tha kadithaththai ezuthiyirukkalAm
8. The institution might have invited the Mayor.	நிறுவனம் மேயரை அழைத்திருக்கலாம்	n-iRuvanam mEyarai azaiththirukkalAm
9. They might have laughed when she begged.	அவள் பிச்சை எடுத்த போது அவர்கள் சிரித்திருக்கலாம்	avaL pissai eduththa pOthu avarkaL siriththirukkalAm
10. They might have accepted it.	அவர்கள் அதை ஒப்புக்கொண்டிருக்கலாம்	avarkaL athai oppukkoNdirukkalAm
11. She might have done her duty.	அவள் தனது கடமையை செய்திருக்கலாம்	avaL thanathu kadamaiyai seythirukkalAm
12. The author might have written his autobiography.	ஆசிரியர் தனது சுயசரிதையை எழுதியிருக்கலாம்	Asiriyar thanathu suyasarithaiyai ezuthiyirukkalAm

5. *Past Imperfect*

1. I was writing a letter when he entered the room.

அவன் அறைக்குள் நுழைந்தபோது நான் கடிதம் எழுதிக் கொண்டிருந்தேன்

avan aRaikkuL n-uzain-thapOthu n-An kaditham ezuthik koNdirun-thEn

2. I was riding to school yesterday.

நான் நேற்று குதிரையில் சவாரி செய்து பள்ளிக்குப் போய்க் கொண்டிருந்தேன்

n-An n-ERRu kuthiraiyil savAri seythu paLLikkup pOyk koNdirun-thEn

3. It was raining when I went out.

நான் வெளியில் சென்ற போது மழை பெய்து கொண்டிருந்தது

n-An veLiyil senRa pOthu mazai peythu koNdirun-thathu

4. While I was talking to her I heard a shout.

நான் அவளுடன் பேசிக் கொண்டிருந்த போது ஒரு கூச்சலைக் கேட்டேன்

n-An avaLudan pEsik koNdirun-thapOthu oru kUssalaik kEddEn

5. He was writing an essay in Hindi.

அவன் ஹிந்தியில் ஒரு கட்டுரை எழுதிக் கொண்டிருந்தான்

avan hin-thiyil oru kaddurai ezuthik koNdirun-thAn

6. When they were sleeping the dogs were keeping watch.

அவர்கள் தூங்கிக் கொண்டிருந்த போது நாய்கள் காவல் காத்துக் கொண்டிருந்தன

avarkaL thUngkik koNdirun-thapOthu n-AykaL kAval kAththuk koNdirun-thana

7. We were playing tennis when your brother came.

உனது சகோதரன் வந்தபோது நாங்கள் டென்னிஸ் விளையாடிக் கொண்டிருந்தோம்

unathu sakOtharan van-thapOthu n-AngkaL denniS viLaiyAdik koNdirun-thOm

8. Reena was trying hard to hide her desire.

ரீனா தனது ஆசையை மறைக்க கடினமாக முயன்று கொண்டிருந்தாள்

reena thanathu Asaiyai maRaikka kadinamAka muyanRu koNdirun-thAL

9. They were talking too loudly in the meeting.

அவர்கள் கூட்டத்தில் சத்தமாக பேசிக் கொண்டிருந் தார்கள்

avarkaL kUddaththil saththamAka pEsik koNdirun-thArkaL

10. Asha was studying with me in school.

பள்ளியில் ஆஷா என்னுடன் படித்துக் கொண்டிருந்தாள்

paLLiyil AshA ennudan padiththuk koNdirun-thAL

11. We were living in Pune two years ago.

இரண்டு ஆண்டுகளுக்கு முன்பு நாங்கள் புனேயில் வாழ்ந்து கொண்டிருந்தோம்

iraNdu ANdukaLukku munpu n-AngkaL punEyil vAzn-thu koNdirun-thOm

12. Formerly this cow was giving ten litres of milk.	முன்பு இந்தப் பசு பத்து லிட்டர் பால் கொடுத்துக் கொண்டிருந்தது	munpu in-thap pasu paththu littar pAl koduththuk koNdirun-thathu
13. In the last world war, the Germans were fighting bravely.	கடந்த உலகப் போரில் ஜெர்மானியர்கள் வீரமாகப்போரிட்டார்கள்	kadan-tha ulakap pOril jermAniyarkaL vIram Akap pOriddArkaL
14. At that time, I was residing in Delhi.	அந்த சமயத்தில் நான் டெல்லியில் வசித்துக் கொண்டிருந்தேன்	an-tha samayaththil n-An delliyil vasiththuk koNdirun-thEn
15. I used to go daily to the temple.	நான் தினமும் கோயிலுக்குப் போய்க் கொண்டிருந்தேன்	n-An thinamum kOyilukkup pOyk koNdirun-thEn
16. Before 1947 we were living in West Panjab.	1947க்கு முன்பு நாங்கள் மேற்கு பஞ்சாபில் வசித்துக்கொண்டிருந்தோம்	1947 kku munbu nAngaL mErku panja bil asittukoNdirundOm
17. When I was seven years old, I was going to school all alone.	எனக்கு ஏழு வயதாக இருக்கும் போது நான் பள்ளிக்குத் தனியாகப் போய்க்கொண்டிருந்தேன்	enakku Ezu vayath Aka irukkum pOthu n-An paLLikkuth thaniyAkap pOyk koNdirun-thEn
18. When I was young, my grandmother used to tell me the story.	எனது சிறுவயதில் என் பாட்டி எனக்குக் கதை சொல்வார்கள்	enathu siRuvayathil en pAddi enakkuk kathai solvArkaL
19. In his seventies he used to walk very fast.	அவரது எழுபதுகளில் அவர் மிகவும் வேகமாக நடப்பார்	avarathu ezupathu kaLil avar mikavum vEkamAka n-adappAr

6. *Past Conditional*

1. If you had have passed.	நீ கடினமாக உழைத்திருந்தால் பாஸாகியிருப்பாய்	n-I kadinamAka uzaiththirun-thAl pASAkiyiruppAy
2. Had you been honest you would have been happier.	நீ நேர்மையாக இருந்தி ருந்தால் சந்தோஷமாக இருந்திருக்கலாம்	n-I n-ErmaiyAka irun-thirun-thAl san-thOsh amAkairunthirukkalAm
3. If she had been done that.	அவள் புத்திசாலியாக இருந்திருந்தால் அப்படி செய்திருக்க மாட்டாள்	avaL puththisAliyAka irun-thirun-thAl appa di seythirukkmAddAL
4. Had you sung, we would have enjoyed.	நீ பாடியிருந்தால் நாங்கள் மகிழ்ச்சி அடைந்திருப்போம்	n-I pAdiyirun-thAl n-AngkaL makizssi adain-thiruppOm
5. If she had reached I	அவள் வந்திருந்தால்	avaL van-thirun-thAl

would have gone.	நான் கிளம்பியிருப்பேன்	n-An kiLampiyiruppEn
6. Had you came I would have played.	நீ வந்திருந்தால் நான் விளையாடியிருப்பேன்	n-I van-thirun-thAl n-AnviLaiyAdiyiruppEn
7. If you had written to me I would have replied to you.	நீ எனக்கு எழுதியிருந்தால் நான் உனக்கு பதில் அளித்திருப்பேன்	n-I enakku ezuthiyirun-thAl n-An unakku pathil aLiththiruppEn
8. Had you asked me I would have stayed.	நீ என்னைக் கேட்டிருந்தால் நான் தங்கியிருப்பேன்	n-I ennaik kEddirun-thAl n-An thangkiyiruppEn
9. If she had told me earlier I would have not done so.	அவள் என்னிடம் முன்பே சொல்லியிருந்தால் நான் அப்படி செய்திருக்க மாட்டேன்	avaL ennidam munpE solliyirun-thAl n-An appadi seythirukka mAddEn
10. Had you invited her she would have come.	நீங்கள் அழைத்திருந்தால் அவள் வந்திருப்பாள்	n-IngkaL azaiththirun-thAl avaL van-thiruppAL
11. If Radha had wings she would have flown over to Krishna.	ராதாவுக்கு இறக்கைகள் இருந்தால் அவள் கிருஷ்ணனிடம் பறந்து போயிருப்பாள்	rAthAvukku iRakkaikaL irun-thAl avaL kirushNanidam paRan-thu pOyiruppAL
12. If she had liked the camera she would have bought it.	அவளுக்கு அந்த கேமரா பிடித்திருந்தால் அவள் அதை வாங்கியிருப்பாள்	avaLukku an-tha kEmarA pidiththirun-thAl avaL athai vAngkiyiruppAL

27TH STEP இருபத்தி ஏழாம் நிலை

INTERROGATIVE SENTENCES(1)

கேள்வி வாக்கியங்கள் (1)

Interrogative Sentences with

(1) IS ARE AM WAS WERE

1. Is Hindi difficult?	ஹிந்தி கடினமா ?	hin-di kadinamA?
2. Is it cold today?	இன்று குளிராக உள்ளதா	inRu kuLirAka uLLath
3. Is your name Narendra Kumar?	உங்களுடைய பெயர் நரேந்திர குமாரா ?	ungkaLudaiya peyar n-arEn-thira kumArA?
4. Are you afraid of ghosts?	உங்களுக்கு பேய் பயம் உண்டா ?	ungkaLukku pEy payam uNdA?
5. Are you feeling well?	நீங்கள் நலமாக இருக்கிறீர்களா ?	n-IngkaL n-alamAka irukkiRIrkaLA?
6. Are you Mr. Amitabh?	நீங்கள் திரு.அமிதாப்பா?	n-IngkaL thiru.amithAppA?
7. Am I afraid of you?	நான் உங்களைப் பார்த்து பயப்படுகிறேனா?	n-An ungkaLaip pArththu payappadu kiREnA?
8. Am I a fool?	நான் முட்டாளா?	n-An muddALA?
9. Am I your servant?	நான் உங்கள் வேலைக்காரனா?	n-An ungkaL vElaikkAranA?
10. Was she frightened?	அவள் பயந்து விட்டாளா?	avaL payan-thu viddALA?
11. Was he a stranger here?	அவன் இவ்விடத்திற்கு அந்நியனா?	avan ivvidaththiRku an-n-iyanA?
12. Was the moon shining?	நிலவு மின்னுகிறதா?	n-ilavu minnukiRathA?
13. Were the boys playing football?	பையன்கள் கால் பந்து விளையாடிக் கொண்டிருந்தார்களா?	paiyankaL kAlpan-thu viLaiyAdik koNdirun-thArkaLA?
14. Were you enjoing yourself in Simla?	நீ சிம்லாவில் ஆனந்த மாக இருந்தாயா?	n-I simlAvil Anan-thamAka irun-thAyA?
15. Were you not happy with your collegues?	நீ உடன் பணிபுரிபவர் களுடன் மகிழ்ச்சியாக இல்லையா?	n-I udanpaNipurip avarkaLudan makizssiyAka illaiyA?

(2) DO, DOES, DID

16. Do we shirk work?	நாம் வேலையை சுருக்குவோமா ?	n-Am vElaiyai surukkuvOmA?
17. Do you smoke?	நீ புகை பிடிப்பாயா?	n-I pukai pidippAyA?
18. Do you always speak the truth?	நீ எப்பொழுதுமே உண்மை பேசுகிறாயா ?	n-I eppozuthumE uNmai pEsukiRAyA?
19. Does she like to dress well?	அவள் நன்றாக உடுத்த விரும்புகிறாளா ?	avaL n-anRAka uduththa virumpukiRALA?
20. Does he play games?	அவன் விளையாட்டுகளை விளையாடுகிறானா?	avan viLaiyAddukaLai viLaiyAdukiRAnA?
21. Does she like her neighbour?	அவள் தனது அக்கம் பக்கத்தாரை விரும்புகிறாளா ?	avaL thanathu akkampakkaththArai virumpukiRALA?
22. Did Anupam eat all the apples?	அனுப்பம் அனைத்து ஆப்பிள்களையும் சாப்பிட்டானா ?	anuppam anaiththu AppiLkaLaiyum sAppiddAnA?
23. Did you build it?	நீ இதைக் கட்டினாயா?	n-I ithaik kaddinAyA?
24. Did you ring the bell?	நீ மணி அடித்தாயா?	n-I maNi adiththAyA?

(3) HAS, HAVE, HAD

25. Has he written to father?	அவன் தந்தைக்கு எழுதினானா?	avan than-thaikku ezuthinAnA?
26. Has her tempera ture gone down?	அவளது டெம்பரேச்சர் குறைந்ததா ?	avaLathu temparEchar kuRain-thathA?
27. Has Anurag missed the train?	அனுராக் ரயிலைத் தவறவிட்டானா ?	anurAk rayilaith thavaRaviddAnA?
28. Have you spent all your money?	உனது எல்லாப் பணத்தையும் செலவழித்து விட்டாயா?	unathu ellAp paNath thaiyum selavaziththu viddAyA?
29. Have you ever driven any car?	நீ எப்பொழுதாவது எந்த காரையாவது ஓட்டியிருக்கிறாயா?	n-I eppozuthAvathu en-tha kAraiyAvathu OddiyirukkiRAyA?
30. Have you found my handkerchief?	எனது கைக் குட்டையை கண்டுபிடித்தாயா ?	enathu kaikkuddaiyai kaNdupidiththAyA?
31. Had the postman delivered any letter?	தபால்காரர் ஏதாவது கடிதம் கொடுத்தாரா?	thapAlkArar EthAva thu kaditham koduththArA?
32. Had you finished your work?	நீ உனது வேலையை முடித்துவிட்டாயா?	n-I unathu vElaiyai mudiththuviddAyA?

(4) WILL, SHALL, WOULD, SHOULD

34. Will they attend the meeting in time?	அவர்கள் சரியான நேரத்தில் கூட்டத்தில் கலந்து கொள்வார்களா ?	avarkaL sariyAna n-Eraththil kUddaththil kalanthukoLvArkaLA?
35. Will you meet her at the station?	நீ அவளைஸ்டேஷனில் சந்திப்பாயா?	n-I avaLai SdEshanil san-thippAyA?
36. Shall I not apologize for my mistake?	நான் எனது தவறுக்கு மன்னிப்பு கேட்க வேண்டாமா?	n-An enathu thavaRu kku mannippu kEdka vENdAmA?
37. Shall we call on her?	நாம் அவளைப் போய்ப் பார்க்கலாமா?	n-Am avaLaip pOyp pArkkalAmA?
38. Would he give me some rupees if I needed ?	எனக்குத் தேவைப்பட் டால் அவன் எனக்குப் பணம் தருவானா?	enakkuth thEvaippa ddAl avan enakkup paNam tharuvAnA?
39. Would you tell me the correct answer if I am wrong ?	நான் தவறு செய்தால் நீ எனக்கு சரியான பதிலை சொல்வாயா?	n-An thavaRu seyth Al n-I enakku sariyA na pathilai solvAyA?
40. Should I not disturb you?	நான் உங்களை தொந்த ரவு செய்யக் கூடாதா?	n-An ungkaLai thon-tharavu seyyakk UdAthA?
41. Should we forget the noble acts of others?	நாம் மற்றவர்களின் உயர்ந்த செயல்களை மறக்கலாமா?	n-Am maRRavarkaLin uyarn-tha seyalkaLai maRakkalAmA?

(5) CAN, COULD, MAY

42. Can you solve this riddle?	உன்னால் இந்தப் புதிரை விடுவிக்க முடியுமா ?	unnAl in-thap puthirai viduvikka mudiyumA?
43. Can you jump over this fence?	உன்னால் இந்த வேலி யைத் தாண்ட முடியுமா?	unnAl in-tha vEliyaith thANda mudiyumA?
44. Could he come in time?	அவனால் நேரத்திற்கு வர முடியுமா?	avanAl n-EraththiRku vara mudiyumA?
45. Could we do this job alone?	நம்மால் இந்த வேலையை தனியாக செய்ய முடியுமா?	n-ammAl in-tha vElaiyai thaniyAka seyya mudiyumA?
46. May I come in, Sir?	நான் உள்ளே வரலாமா ஐயா ?	n-An uLLE varalAmA, aiyA ?
47. May I accompany you, Madam?	நான் உங்களுடன் வரலாமா, அம்மா?	n-An ungkaLudan varalAmA, ammA?
48. May I have your attention?	நான் உங்களுடைய கவனத்தைப் பெறலாமா?	n-An ungkaLudaiya kavanaththaip peRalAmA?

28TH STEP இருபத்தி எட்டாம் நிலை

INTERROGATIVE SENTENCES(2)

கேள்வி வாக்கியங்கள் (2)

Interrogative Sentences With

(1) WHAT WHEN WHERE WHY

1. What is your name?	உன் பெயர் என்ன ?	unn peyar enna?
2. What is your age?	உன் வயது என்ன?	unn vayathu enna?
3. What does this mean?	இதற்கு என்ன அர்த்தம்?	ithaRku enna arththam?
4. What do you want?	உனக்கு என்ன வேண்டும் ?	unakku enna vENdum?
5. What did you pay?	நீ என்ன செலுத்தினாய்?	n-I enna seluththinAy?
6. What will you take?	நீ என்ன எடுத்துக் கொள்வாய்?	n-I enna eduththuk koLvAy?
7. What is the time now?	இப்பொழுது என்ன மணி ஆகிறது?	ippozuthu enna maNi AkiRathu?
8. What colour do you like?	உனக்கு என்ன நிறம் பிடிக்கும் ?	unakku enna n-iRam pidikkum?
9. What wages do you want?	உனக்கு என்ன கூலி வேண்டும் ?	unakku enna kUli vENdum?
10. What is your hobby?	உனது பொழுதுபோக்கு என்ன?	unathu pozuthupOkku enna?
11. When do you get up in the morning?	நீ காலையில் எப்பொழு து எழுந்திருக்கிறாய்?	n-I kAlaiyil eppozuthu ezun-thirukkiRAy?
12. When did you hear this news?	நீ இந்த செய்தியை எப்பொழுது கேட்டாய்?	n-I in-tha seythiyai eppozuthu kEddAy?
13. When shall we return?	நாம் எப்பொழுது திரும்புவோம் ?	n-Am eppozuthu thirumpuvOm?
14. When will you finish your work	நீ உனது வேலையை எப்பொழுது முடிப்பாய்?	n-I unathu vElaiyai eppozuthu mudippAy?
15. When did she tell you her story?	அவள் தனது கதையை உன்னிடம் எப்பொழுது சொன்னாள்?	avaL thanathu kathaiyai unnidam eppozuthu sonnAL?
16. When will they meet again?	அவர்கள் மீண்டும் எப்பொழுது சந்திப்பார்கள்?	avarkaL mINdum eppozuthu san-thippArkaL?

eppozuthu ungkaL kAr

17. When was your car stolen?	எப்பொழுது உங்கள் கார் திருட்டுப் போனது?	thiruddup pOnathu?
18. When do you wear your new clothes?	உன்னுடைய புதுத்துணி களை நீ எப்பொழுது அணிகிறாய்?	unnudaiya puthuththuNikaLai n-I eppozuthu aNikiRAy?
19. When do we have to leave this station?	நாம் இந்த ஸ்டேஷனை விட்டு எப்பொழுது கிளம்பவேண்டும் ?	n-Am in-tha SdEshanai viddu eppozuthu kiLampa vENdum?
20. At what time do you sleep at night?	நீ இரவில் எப்பொழுது தூங்குகிறாய்?	n-I iravil eppozuthu thUngkukiRAy?
21. Where is your purse?	உனது பர்ஸ் எங்கே?	unathu parS engkE?
22. Where are you going?	நீ எங்கே போய்க் கொண்டிருக்கிறாய்?	n-I engkE pOyk koNdirukkiRAy?
23. Where do they live?	அவர்கள் எங்கே வசிக்கிறார்கள்?	avarkaL engkE vasikkiRArkaL?
24. Where does this path lead do?	இந்த பாதை எங்கே போகிறது?	in-tha pAthai engkE pOkiRathu?
25. Where have you come from?	நீங்கள் எங்கிருந்து வருகிறீர்கள்?	n-IngkaL engkirun-thu varukiRIrkaL?
26. Where can we obtain books?	நாம் புத்தகங்களை எங்கே பெறலாம் ?	n-Am puththakangkaLai engkE peRalAm?
27. Where was your watch ?	உங்களுடைய கைக்கடிகாரம் எங்கே தயாரிக் கப்பட்டது?	ungkaLudaiya kaikkadikAram engkE thayArikkappaddathu?
28. Where do you buy tea?	நீங்கள் எங்கே டீ வாங்குகிறீர்கள்?	n-IngkaL engkE dI vAngkukiRIrkaL?
29. Where can I get down?	நான் எங்கே இறங்க முடியும் ?	n-An engkE iRangka mudiyum?
30. Where shall we go now?	நாம் இப்பொழுது எங்கே போய்க் கொண்டிருக்கிறோம்?	n-Am ippozuthu engkE pOyk koNdirukkiROm?
31. Why does he not apply for this post?	அவன் ஏன் இந்தப் பதவிக்கு விண்ணப் பிக்கவில்லை?	avan En in-thap pathavikku viNNappikkavillai?
32. Why did you not come early?	நீ ஏன் முன்னதாக வரவில்லை?	n-I En munnathAka varavillai?
33. Why did she abuse me?	அவள் ஏன் என்னைத் திட்டினாள்?	avaL En ennaith thiddinAL?
34. Why do you drink so much?	நீ ஏன் இவ்வளவு அதிகமாகக் குடிக்கிறாய்?	n-I En ivvaLavu athikamAkak kudikkiRAy?

35. Why do you not solve my queries?	நீ ஏன் எனது சந்தேகங்களைத் தீர்க்கவில்லை?	n-I En enathu santhEkangkaLaithIrkkavillai?
36. Why are you so sad today?	நீ ஏன் இன்று இவ்வளவு சோகமாக இருக்கிறாய்?	n-I En inRu ivvaLavu sOkamAka irukkiRAy?
37. Why was your mother angry with you?	உனது தாய் ஏன் உன்னிடம் கோபமாக இருந்தார்?	unathu thAyAr En unnidam kOpamAka irun-thAr?
38. Why do some people travel abroad?	சிலர் ஏன் வெளிநாட்டுக்குப் பயணிக்கிறார்கள்?	silar En veLin-Addu kkuppayaNikkiRArkaL?
39. Why was that M.L.A. sent toprison?	அந்த எம்.எல்.ஏ. ஏன் சிறைக்குஅனுப்பப்பட்டார்	an-tha em.el.E. En siRaikkuanuppappaddAr
40. Why do you not try to understand me?	நீ ஏன் என்னைப் புரிந்து கொள்ள முயற்சிக்கவில்லை?	n-I En ennaip purin-thu koLLa muyaRsikkavillai?

(2) WHO WHOM WHOSE

41. Who is that fellow?	அந்த நபர் யார்?	an-tha n-apar yAr?
42. Who lives in this house?	இந்த வீட்டில் யார் வசிக்கிறார்கள்?	in-tha middil yAr vasikkiRArkaL?
43. Who sang this song?	இந்தப் பாடலை பாடியது யார்?	in-thap pAdalai pAdiyathu yAr?
44. Who repairs the watches?	கைக்கடிகாரங்களை யார் சரி செய்வது?	kaikkadikArangkaLai yAr sari seyvathu?
45. Who controlled the traffic?	போக்குவரத்தை யார் முறைப்படுத்தியது?	pOkkuvaraththai yAr muRaippaduththiyathu?
46. Whom do you want?	உங்களுக்கு யார் வேண்டும் ?	ungkaLukku yAr vENdum?
47. By whom are you employed?	நீங்கள் யாரால் வேலையில் சேர்க்கப்பட்டீர்கள்?	n-IngkaL yArAl vElaiyil sErkkappaddIrkaL?
48. Whom had you promised?	நீங்கள் யாருக்கு சத்தியம் செய்து கொடுத்தீர்கள்?	n-IngkaL yArukku saththiyam seythu koduththIrkaL?
49. Whose house is that?	அந்த வீடு யாருடையது?	an-tha vIdu yArudaiyathu?
50. In whose employment are our teachers?	நமது ஆசிரியர்கள் யாருக்காக பணிபுரிகிறார்கள்?	n-amathu AsiriyarkaL yArukkAka paNipurikiRArkaL?

29TH STEP இருபத்தி ஒன்பதாம் நிலை

INTERROGATIVE SENTENCES (3)
கேள்வி வாக்கியங்கள் (3)

Interrogative Sentences with
(1) HOW HOW LONG HOW MANY HOW MUCH

1. How do you do?	நீங்கள் எப்படி இருக்கிறீர்கள்?	n-IngkaL eppadi irukkiRIrkaL?
2. How do you feel now?	நீங்கள் இப்பொழுது எப்படி உணர்கிறீர்கள்?	n-IngkaL ippozuthu eppadi uNarkiRIrkaL?
3. How did you come to know the truth?	உங்களுக்கு உண்மை எப்படி தெரிய வந்தது?	ungkaLukku uNmai eppadi theriya van-thathu?
4. How are you?	நீங்கள் எப்படி இருக்கிறீர்கள்?	n-IngkaL eppadi irukkiRIrkaL?
5. How old are you?	உங்களுக்கு என்ன வயதாகிறது?	ungkaLukku enna vayathAkiRathu?
6. How is it possible?	இது எப்படி சாத்தியம் ?	ithu eppadi sAththiyam?
7. How old is your son?	உங்களுடைய மகனுக்கு என்ன வயதாகிறது?	ungkaLudaiya makanu kku enna vayathAkiR?
8. How do you manage it?	நீங்கள் இதை எப்படி சமாளித்தீர்கள்?	n-IngkaL ithai eppadi samALiththIrkaL?
9. How long have you been in India?	நீங்கள் எத்தனை காலமாக இந்தியாவில் இருக்கிறீர்கள்?	n-IngkaL eththanai kAlamAka in-thiyAvil irukkiRIrkaL?
10. How long has your mother been sick?	உங்களுடைய தாயார் எத்தனை காலமாக நோய்வாய்ப்பட்டிருக்கிறார்?	ungkaLudaiya thAyAr eththanai kAlamAka n-OyvAyppaddirukkiRAr?
11. How long do they want the rooms for?	அவர்கள் அறைகளை எவ்வளவு காலத்திற்கு வேண்டுகிறார்கள்?	avarkaL aRaikaLai evvaLavu kAlath thiRku NdukiRArkaL?
12. How long is the post-office from your residence?	உங்களுடைய வீட்டிலிருந்து தபால் அலுவலகம் எவ்வளவு தொலைவில் உள்ளது?	ungkaLudaiya middilirun-thu thapAl aluvalakam evvaLavu tholaivil uLLathu?
13. How long is this	இந்த அறை எவ்வளவு	in-tha aRai evvaLavu

room?	நீளமானது?	n-ILamAnathu?
14. How long is the capital from here?	இங்கிருந்து தலை நகரம் எவ்வளவு தொலைவில் உள்ளது?	ingkirun-thu thalain-akaram evvaLavu tholaivil uLLathu?
15. How many family members have you?	உங்களுடைய குடும்பத் தில் எத்தனை உறுப்பி னர்கள் இருக்கிறார்கள்?	ungkaLudaiya kudumpaththil eththanai uRuppi narkaL irukkiRArkaL?
16. How many brothers and sisters have you?	நீங்கள் சகோதர சகோதரிகள் எத்தனை பேர்?	n-IngkaL sakOthara sakOtharikaL eththanai pEr?
17. How many seats are there in the bus?	பேருந்தில் எத்தனை சீட்டுகள் உள்ளன?	pErUn-thil eththanai sIddukaL uLLana?
18. How much money is to be paid?	எவ்வளவு பணம் இன்னும் செலுத்த வேண்டும் ?	evvaLavu paNam innum seluththa vENdum?
19. How much do you charge per head?	நீங்கள் தலைக்கு எவ்வ ளவு வசூலிக்கிறீர்கள்?	n-IngkaL thalaikku evvaLavu vasUlikkiRIrkaL?
20. How much milk is required?	எவ்வளவு பால் தேவைப்படுகிறது?	evvaLavu pAl thEvaippadukiRathu?

(2)WHICH

21. Which is your umbrella?	உங்களுடைய குடை எது?	ungkaLudaiya kudai ethu?
22. Which film will you see on Sunday?	நீ ஞாயிற்றுக்கிழமை என்ன படம் பார்ப்பாய்?	n-I njAyiRRukkizamai enna padampArppAy?
23. Which is the right way?	எது சரியான வழி?	ethu sariyAna vazi?
24. Which is the booking office?	புக்கிங் அலுவலகம் எது?	pukking aluvalakam ethu?
25. Which is your favourite book?	உனக்கு விருப்பமான புத்தகம் எது?	unakku viruppamAna puththakam ethu?
26. At which platform does the frontier mail will arrive?	எந்த நடைமேடையில் ஃபிராண்டயர் மெயில் வரும் ?	en-tha n-adaimEdaiyil qpirANdayar meyil varum?

30TH STEP முப்பதாம் நிலை

NEGATIVE SENTENCES

எதிர்மறை வாக்கியங்கள்

Negative Sentences with

(1) NOT NO-NOT NO NEVER NOTHING SELDOM

1. My father is not feeling well.	எனது தந்தைக்கு உடல்நலம் சரியில்லை	enathu than-thaikku udaln-alam sariyillai
2. We are not fools.	நாங்கள் முட்டாள்கள் இல்லை	n-AngkaL muddALkaL illai
3. I don't know what you say.	எனக்கு என்ன சொல்வ தென்று தெரியவில்லை	enakku enna solvath enRu theriyavillai
4. I don't know who she is.	அவள் யாரென்று எனக்குத் தெரியாது	avaL yArenRu enakkuth theriyAthu
5. No, I don't understand.	இல்லை, எனக்குப் புரியவில்லை.	illai, enakkup puriyavillai
6. I know nothing about it.	எனக்கு இதைப் பற்றி ஒன்றும் தெரியாது	enakku ithaip paRRi onRum theriyAthu
7. Nothing in particular.	குறிப்பாக ஒன்றுமில்லை	kuRippAka onRumillai
8. I did not want anything.	எனக்கு எதுவும் வேண்டாம்.	enakku ethuvum vENdAm
9. No sir, the boss has not come yet.	இல்லை ஐயா, முதலாளி இன்னும் வரவில்லை	illai aiyA muthalALi innum varavillai
10. No thorough- fare.	பொதுவழி அல்ல	pothuvazi alla
11. No, I have a headache.	இல்லை, எனக்குத் தலைவலிக்கிறது	illai, enakkuth thalaivalikkiRathu
12. No, not at all. She is not trust worthy.	இல்லை,இல்லவேஇல்லை. அவள் நம்பிக்கைக்கு உரியவள் இல்லை	illai,illavE illai. avaL n-ampikkaikku uriyavaL illai
13. Barking dogs seldom bite.	குரைக்கிற நாய் கடிக்காது	kuraikkiRa n-Ay kadikkAthu
14. One has never seen such an absurd man.	யாரும் இப்படி ஒரு முட்டாளை இதுவரை பார்த்திருக்க மாட்டார்கள்.	yArum ippadi oru muddALai ithuvarai pArththirukka mAddArkaL
15. Do not touch it.	இதைத் தொடாதே	ithaith thodAthE

(2) Negative Sentences with Interrogation

16. I can jump. Can't I?	என்னால் குதிக்க முடியும் .முடியாதா என்ன?	ennAl kuthikka mudiyum,mudiyAthA enna?
17. We shall return in time. Shan't we?	நாம் நேரத்தில் திரும்பிவிடலாம் முடியாதா என்ன?	n-Am n-Eraththil thirumpividal Am,mudiyAthA enna?
18. They will surely come. Won't they?	அவர்கள் நிச்சயம் வருவார்கள், வரமாட்டார்களா என்ன?	avarkaL n-issayam varuvArkaL, varamA ddArkaLA enna?
19. They are fools. Aren't they?	அவர்கள் முட்டாள்கள் தானே, இல்லையா ?	avarkaL muddALkaL thAnE, illaiyA ?
20. You should not abuse others. Should you?	நீங்கள் அடுத்தவர்களை தவறாகப் பேசக் கூடாது. பேசலாமா? என்ன?	n-IngkaL aduththa varkaLai thavaRAkap pEsak kUdAthu, pEsalAmA enna?
21. You must not smoke. Must you?	நீங்கள் புகை பிடிக்கக் கூடாது. பிடிக்கலாமா என்ன?	n-IngkaL pukai pidikkak kUdAthu, pidikkalAmA enna?
22. There is enough milk. Isn't it?	தேவையான பால் உள்ளது. இல்லையா என்ன?	thEvaiyAna pAl uLLathu, illaiyA enna?
23. Can't you find your handkerchief?	உனது கைக்குட்டையை கண்டுபிடிக்க முடியவில்லையா?	unathu kaikkuddaiyai kaNdupidikka mudiyavillaiyA?
24. Couldn't he have done better?	அவன் இதைவிட சிறப்பாக செய்திருக்க முடியாதா?	avan ithaivida siRap pAka seythirukka mudiyAthA?
25. Won't you be able to come and see us?	உங்களால் வந்து எங்களைப் பார்க்கமுடியாதா?	ungkaLAl van-thu engkaLaip pArkka mudiyAthA?
26. Aren't you going to walk now?	நீ இப்பொழுது நடக்கப் போவது இல்லையா?	n-I ippozuthu n-adakk ap pOvathu illaiyA?
27. Must I tell you again?	நான் உனக்கு மீண்டும் சொல்ல.வேண்டாமா?	n-An unakku mINdum solla vENdAmA?
28. Don't I have to close the shop?	நான் கடையை மூட வேண்டாமா?	n-An kadaiyai mUda vENdAmA?

PART 4
SITUATIONAL SENTENCES

31ST STEP முப்பத்து ஒன்றாம் நிலை

AT HOME
வீட்டில்

1. You have come to visit after a long time.	நீங்கள் நீண்ட நாட்களுக்குப் பிறகு வருகை தந்திருக்கிறீர்கள்	n-IngkaL n-INda n-AdkaLukkup piRaku varukai than-thirukkiRIrkaL
2. What brings you here?	நீங்கள் எப்படி இங்கே வந்தீர்கள்?	n-IngkaL eppadi ingkE van-thIrkaL?
3. What brings you here?	நீங்கள் எப்படி இங்கே வந்தீர்கள்?	n-IngkaL eppadi ingkE van-thIrkaL?
4. I seek your advice.	நான் உங்களுடைய அறிவுரையை வேண்டுகிறேன்	n-An ungkaL aRivu raiyai vENdukiREn
5. What is your opinion on this matter?	இந்த விஷயத்தில் உங்களுடைய கருத்து என்ன?	in-tha vishayaththil ungkaLudaiya karuththu enna?
6. I have come for some important matter.	நான் சில முக்கியமான விஷயங்களுக்காக வந்திருக்கிறேன்	n-An sila ukkiyamAna vishayangkaLukkAka van-thirukkiREn
7. She had some work with you.	அவளுக்கு உன்னிடம் வேலை உள்ளது	avaLukku unnidam konjsam vElai uLLathu
8. Come some other time.	வேறு ஏதேனும் சமயத்தில் வா	vERu EthEnum samayaththil vA
9. Both of you may come.	நீங்கள் இருவரும் வரலாம்	n-IngkaL iruvarum varalAm
10. Promise that you shall come.	நீங்கள் வருவீர்கள் என சத்தியம் செய்யுங்கள்	n-IngkaL varuvirkaL ena saththiyam seyyungkaL
11. I have forgotten your name.	எனக்கு உங்கள் பெயர் நினைவில்லை	enakku ungkaL peyar n-inaivillai
12. You are beyond recognition.	உங்களைத் தெரியவில்லை	ungkaLaiththeriyavillai
13. I woke up early this morning.	நான் இன்று அதி காலையிலேயே விழித்துக் கொண்டேன்	n-An inRu athikAlaiyilEyE viziththuk koNdEn
14. I did not think it proper to wake you up.	உங்களை எழுப்புவது முறையானதாக எனக்கு தோன்றவில்லை	ungkaLai ezuppuvathu muRaiyAnathAka enakkuth thOnRavillai

15. Are you still awake?	நீங்கள் இன்னும் விழித்துக் கொண்டிருக்கிறீர்களா?	n-IngkaL innum viziththuk koNdirukkiRIrkaLA
16. I shall rest for a while.	நான் சிறிது நேரம் ஓய்வெடுத்துக்கொள்கிறேன்	n-An siRithu n-Eram OyveduththukkoLkiREn
17. Let them rest.	அவர்கள் ஓய்வெடுத்துக் கொள்ளட்டும்	avarkaL Oyvedu ththuk koLLaddum
18. I shall come some other day	நான் வேறு ஒரு சமயம் வருகிறேன்	n-An vERu oru samayam varukiREn
19. I am feeling sleepy.	எனக்குத் தூக்கமாக வருகிறது	enakkuth thUkkamAka varukiRathu
20. Go and take rest.	போய் ஓய்வெடுத்துக் கொள்	pOy Oyveduththuk koL
21. I feel very sleepy.	எனக்கு ஆழ்ந்த உறக்கம் வந்தது	enakku Azn-tha uRakkam van-thathu
22. Please inform me of her arrival.	அவளுடைய வருகை குறித்து தயவுசெய்து எனக்குத் தெரிவியுங்கள்	avaLudaiya varukai kuRiththu thayavu seythu theriviyungkaL
23. He left a long while ago.	அவன் நீண்ட காலத் திற்கு முன்பு போனான்	avan n-INda kAlaththiRku munpu pOnAn
24. Why did you not go?	நீ ஏன் போகவில்ல	n-I En pOkavillai
25. I could not go because of some urgent work.	சில அவசர வேலை காரணமாக என்னால் போக முடியவில்லை	sila avasara vElai kAraNamAka ennAl pOka mudiyavillai
26. Why did you not come day befor yesterday.	நீ நேற்றைய முன்தினம் ஏன் வரவில்லை	n-I n-ERRaiya munthinam En varavillai
27. There was an urgent work.	ஒரு அவசர வேலை இருந்தது	oru avasara vElai irun-thathu
28. I have been out since morning.	நான் காலையிலிருந்து வெளியே இருக்கிறேன்	n-An kAlaiyilirun-thu veLiyE irukkiREn
29. They must be waiting for me at home.	அவர்கள் எனக்காக வீட்டில் காத்திருப்பார்கள்	avarkaL enakkAka middil kAththiruppArkaL
30. I cannot stay any longer now.	என்னால் இப்பொழுது இதற்கு மேல் தங்க முடியாது	ennAl ippozuthu ithaRku mEl thangka mudiyAthu
31. Good bye, see you again.	குட் பை, மீண்டும் சந்திப்போம்	kud pai, mINdum san-thippOm

32ND STEP முப்பத்து இரண்டாம் நிலை

SHOPPING
பொருட்கள் வாங்குதல்

1. Where is the Central Market?	சென்ட்ரல் மார்க்கெட் எங்கே உள்ளது?	sendral mArkked engkE uLLathu?
2. I am going there, follow me.	என்னோடு வாருங்கள், நான் அங்குதான் போய்க்கொண்டிருக்கிறேன்	ennOdu vArungkaL, n-An angkuthAn pOyk koNdirukkiREn
3. I want to purchase some clothes.	நான் சில துணிகள் வாங்க விரும்புகிறேன்	n-An sila thuNikaL vAngka virumpukiREn
4. Which is the cheapest and best shop?	மலிவான மற்றும் சிறந்த கடை எது?	malivAna maRRum siRan-tha kadai ethu?
5. How much money have you?	நீங்கள் எவ்வளவு பணம் வைத்திருக்கிறீர்கள்?	n-IngkaL evvaLavu paNam vaiththirukkiRIrkaL?
6. Don't spend more than you can afford.	வருமானத்திற்கு அதிகமாக செலவு செய்யாதீர்கள்	varumAnaththiRku athikamAka selavu seyyAthIrkaL
7. Is the price fixed?	ஒரே விலைதானா?	orE vilaithAnA?
8. State your minimum price.	உங்களின் குறைந் தபட்ச விலையை சொல்லுங்கள்	ungkaLin kuRain-thapadsa vilaiyai sollungkaL
9. Will you give it for seventy rupees?	எழுபது ரூபாய்க்குத் தருவீர்களா?	ezupathu rUpAykkuth tharumirkaLA?
10. Count the money.	பணத்தை எண்ணுங்கள்	paNaththaieNNungkaL
11. Give me the balance.	பாக்கியைத் தாருங்கள்	pAkkiyaith thA n-IngkaL
12. Do you sell socks?	சாக்ஸ் விற்கிறீர்களா?	sAkS viRkiRIrkaLA?
13. Buy this one.	இதை வாங்கிக் கொள்ளுங்கள்	ithai vAngkik koLLungkaL
14. Show me another variety.	எனக்கு வேறு ரகம் காட்டுங்கள்	enakku vERu rakam kAddungkaL
15. I do not want this.	எனக்கு இது வேண்டாம்	enakku ithu vENdAm
16. Not so costly.	அதிக விலையில்லை	athika vilaiyillai
17. I do not want this colour.	எனக்கு இந்த நிறம் வேண்டாம்	enakku in-tha n-iRam vENdAm
18. It is faded.	இது நிறம் மங்கி உள்ளது	ithu n-iRam mangki

		uLLathu
19. This is good.	இது நல்லது	ithu n-allathu
20. It is very dear.	இது மிகவும் கிராக்கியானது	ithu mikavum kirAkkiyAnathu
21. Quite cheap.	மிகவும் மலிவானது	mikavum malivAnathu
22. Will it shrink?	இது சுருங்குமா?	ithu surungkumA
23. Can you recommend a good shop for shoes?	ஷூக்கள் வாங்க நீங்கள் ஒரு நல்ல கடையை சிபாரிசு செய்யமுடியுமா?	shUkkaL vAngka n-IngkaL oru n-alla kadaiyai sipArisu seyya mudiyumA?
24. Bata shoes are quite reliable.	பாட்டா ஷூக்கள் மிகவும் நம்பகமானது	pAddA shUkkaL mika vum n-mpakamAnathu
25. May we get it for you?	நாங்கள் உங்களுக்காக அவற்றை பெற்றுத் தரட்டுமா?	n-AngkaL ungkaLu kkAka avaRRai peRRuth tharaddumA
26. Is the shop far away?	அந்தக் கடை வெகு தூரத்தில் உள்ளதா?	an-thak kadai veku thUraththil uLLathA?
27. How much for a pair?	ஒரு ஜோடி எவ்வளவு?	oru jOdi evvaLavu?
28. Where is my bill?	எனது பில் எங்கே?	enathu bil engkE?
29. Which is the payment counter?	பணம் செலுத்தும் இடம் எது?	paNam seluththum idam ethu?
30. Please give me the maximum discount.	தயவுசெய்து எனக்கு அதிகபட்ச தள்ளுபடி வழங்குங்கள்	thayavuseythu ena kku athikapadsa thaL Lupadi vazang kungkaL
31. The error or omission will be adjusted.	தவறு அல்லது விட்டுப்போனவை சரிசெய்யப்படும்	thavaRu allathu vidduppOnavai sariseyyappadum

33RD STEP முப்பத்து மூன்றாம் நிலை

CRAFTSMAN

கைவினைஞர்

(1) Cobbler சக்கிலியர்

1. Have you mended my shoes?	எனது ஷூக்களை தைத்து விட்டீர்களா?	enathu shUkkaLai thaiththu viddIrkaLA ?
2. I want to get these shoes resoled.	நான் இந்த ஷூக்களுக்கு சோல் மாற்ற விரும்புகிறேன்	n-An in-tha shUkkaLukku sOl mARRa virumpukiREn
3. What would you charge for resoling?	சோல் மாற்ற எவ்வளவு வசூலிக்கிறீர்கள்?	sOl mARRa evvaLavu vasUlikkiRIrkaL?
4. Don't use nails, stitch it.	ஆணி அடிக்க வேண்டாம் , தைத்து விடுங்கள்	ANi adikka vENdAm, thaiththu vidungkaL
5. I need white laces.	எனக்கு வெள்ளை லேஸ்கள் வேண்டும்	enakku veLLai lESkaL vENdum

(2) Watch-maker கடிகாரம் செய்பவர்

6. What is wrong with your watch?	உங்களது கடிகாரத்தில் என்ன பிரச்சனை?	ungkaLathu kadikAraththil enna pirassanai?
7. This watch gains eight minutes a day.	இந்த கடிகாரம் ஒரு நாளைக்கு எட்டு நிமிடங்கள் வேகமாக ஓடுகிறது	in-tha kadikAram oru n-ALaikku eddu n-ivIdangkaL vEkamAka OdukiRathu
8. That watch loses six minutes in 24 hours.	அந்த கடிகாரம் 24 மணி நேரத்திற்கு ஆறு நிமிடங்கள் மெதுவாக ஓடுகிறது	an-tha kadikAram 24 maNi n-EraththiRku ARu n-ivIdangkaL methuvAka OdukiRathu
9. Did you drop this watch?	நீங்கள் இந்த கடிகாரத்தை கீழே போட்டீர்களா ?	n-IngkaL in-tha kadikAraththai kIzE pOddIrkaLA?
10. The hand of this watch is broken	இந்த கடிகாரத்தின் பேலன்ஸ் உடைந்து விட்டது	in-tha kadikAraththin pElanS udain-thuviddathu

(3) Tailor   தையல்காரர்

11. Is there any good tailor's shop?	இங்கே ஏதாவது நல்ல தையல் கடை உள்ளதா ?	ingkE EthAvathu n-alla thaiyal kadai uLLathA ?
12. I want to have a suit stitched.	நான் ஒரு சூட் தைக்க வேண்டும்	n-An oru sUd thaikka vENdum
13. Would you like loose fitting.	நீங்கள் லூஸ் ஃபிட்டி ங்கை விரும்புவீர்களா ?	n-IngkaL lUS qpitting kai virumpuvIrkaLA ?
14. No, I would like tight fitting.	இல்லை, நான் டைட் ஃபிட்டிங்கையே விரும்புவேன்	illai, n-An daid qpittingkaiyE virumpuvEn
15. Is the shirt ready?	சட்டை தயாராகி விட்டதா?	sattai tayArAgi vittada?
16. Yes, I have only to iron it.	ஆம் . இன்னும் இஸ்திரி போட வேண்டியதுதான்	Am, innum iSthiri pOda vENdiyathuthAn

(4) Hair-dresser   சிகை அலங்காரம் செய்பவர்

17. How long do I have to wait?	நான் எவ்வளவு நேரம் காத்திருக்க வேண்டும் ?	n-An evvaLavu n-Eram kAththirukka vENdum?
18. What do you charge for a clean shave?	சவரம் செய்ய நீங்கள் எவ்வளவு வசூலிக்கிறீர்கள்?	savaram seyya n-IngkaL evvaLavu vasUlikkiRIrkaL ?
19. Please sharpen the razor.	தயவு செய்து கத்தியை கூர்மையாக்குங்கள்	thayavu seythu kaththiyai kUrmaiyA kkungkaL
20. Your razor is blunt.	உங்கள் கத்தி மழுங்கியுள்ளது	ungkaL kaththi mazungkiyuLLathu
21. Cut my hair, but not too short.	எனது முடியை கத்திரி, ஆனால் மிகவும் சிறிதாக அல்ல	enathu mudiyai kaththiri, AnAl mikavum siRithAka alla

(5) Grocer   மளிகைக்கடைக்காரர்

| 22. This is a fair price shop. | இது நியாய விலைக் கடை | ithu n-iyAya vilaik kadai |
| 23. Fixed price and No credit these are our mottos. | ஒரே விலை. கடன் இல்லை. இவை எங்களது கொள்கைகள் | orE vilai, kadan illai ivai engkaLathu koLkaikaL |

24. We arrange home delivery.	நாங்கள் சரக்குகளை வீட்டிற்கே கொண்டு வந்து தர ஏற்பாடு செய்கிறோம் .	n-AngkaL sarakkukaLai middiRkE koNdu vanthu thara ERpAdu seykiROm.
25. Please give me one kg. pure Desi Ghee.	தயவுசெய்து எனக்கு ஒரு கிலோ சுத்தமான டேசி நெய் தாருங்கள்	thayavuseythu enak ku oru kilO sutht hamAna dEsi n-ey thArungkaL
26. How much is it?	பில் எவ்வளவு ?	pil evvaLavu ?

(6) Dry Cleaner/Washermen ட்ரை க்ளீனர்/சலவைத் தொழிலாளி

27. I must have these clothes within a week	எனக்கு இந்தத் துணிகள் ஒரு வாரத்திற்குள் வேண்டும்	enakku in-thath thuNikaL oru vArath thiRkuL vENdum
28. I want this suit dry cleaned.	இந்த சூட்டை ட்ரை க்ளீன் செய்ய வேண்டும்	in-tha sUddai drai kLIn seyya vENdum
29. This shirt is not properly washed.	இந்த சட்டை சரியாக துவைக்கப் படவில்லை	in-tha saddai sariyAka thuvaikkap padavillai
30. These are silken clothes. Wash them carefully.	இவை பட்டுத் துணிகள். இவற்றை கவனமாகத் துவைக்கவும்	ivai padduth thuNi kaL. ivaRRai kavanam Akath thuvaikkavum
31. The trousers are badly ironed.	கால் சட்டைகள் மோசமாக இஸ்திரி போடப்பட்டுள்ளது	kAl saddaikaL mOsamAka iSthiri pOdappadduLLathu
32. You must take them back.	நீ இவற்றை திரும்பப் பெற்றுக் கொள்ள வேண்டும்	n-I ivaRRai thirumpap peRRuk koLLa vENdum
33. Your charges are too much.	உனது கட்டணங்கள் மிகவும் அதிகம்	unathu kaddaNangkaL mikavum athikam
34. Of course, we have a prompt service.	நிச்சயமாக, நாங்கள் சரியான நேரத்தில் சேவை செய்கிறோம்	n-issayamAka n-Ang kaL sariyAna n-Erath thil sEvai seykiROm

34TH STEP முப்பத்து நான்காம் நிலை

FOODS & DRINKS

உணவு மற்றும் பானங்கள்

1. I am feeling hungry. 2. Where can I get a good meal?	நான் பசியாக இருக்கிறேன். எனக்கு நல்ல சாப்பாடு எங்கு கிடைக்கும்?	n-An pasiyAka irukkiREnenakku n-alla sAppAdu engku kidaikkum ?
3. Come, let us take our food.	வா, நாம் சாப்பிடுவோம்	vA, n-Am sAppiduvOm
4. What will you have?	நீ என்ன சாப்பிடுகிறாய்?	n-I enna sAppidukiRAy ?
5. Please give me the menu.	எனக்கு உணவுப் பட்டியலைக் கொடுங்கள்	enakku uNavup paddiyalaik odungkaL
6. Get the breakfast ready.	காலைச் சிற்றுண்டியை தயார் செய்	kAlais siRRuNdiyai thayAr sey
7. Please have your food with us today.	இன்று எங்களுடன் சாப்பிடுங்கள்	inRu engkaLudan sAppidungkaL
8. Do you have a special diet?	உங்களிடம் ஏதாவது விஷேமான உணவு உள்ளதா ?	ungkaLidam EthAvathu vishEm Ana uNavu uLLathA ?
9. Do you prefer sweet or salty dish?	நீங்கள் இனிப்புப் பண்டங்களை விரும்புகிறீர்களா அல்லது உப்புப் பண்டங்களையா ?	n-IngkaL inippup paNdangkaLai virumpukiRIrkaLA allathu uppup paNdangkaLaiyA ?
10. Please give me Gujrati dishes.	எனக்கு குஜராத்தி உணவுகளைக் கொடுங்கள்	enakku kujarAththi uNavukaLaik kodungkaL
11. The mango is my favourite fruit	மாம்பழம் எனக்கு விருப்பமான பழம்	mAmpazam enakku viruppamAna pazam
12. What would you prefer –Indian or Continental food?	உங்களுக்கு இந்திய உணவுகள் பிடிக்குமா அல்லது வெளிநாட்டு உணவுகளா ?	ungkaLukku in-thiya uNavukaL pidikkumA allathu veLin-Addu uNavukaLA ?
13. Which drink would you like to have– Campa or Limca?	நீங்கள் எந்த பானத்தை குடிக்க விரும்புகிறீர்கள் - கேம்பா அல்லது லிம்கா ?	n-IngkaL en-tha pAnaththai kudikka virumpukiRIrkaL - kEmpA allathu limkA ?

15. Please give me a cup of coffee.	எனக்கு ஒரு கப் காபி கொடுங்கள்	enakku oru kap kApi kodungkaL
16. Would you like to have whisky?	நீங்கள் விஸ்கி குடிக்க விரும் புகிறீர்களா ?	n-IngkaL viSki kudikka virumpukiRIrkaLA?
17. No sir, I will drink beer.	இல்லை ஐயா, நான் பீர் குடிப்பேன்	illai aiyA, n-An pIr kudippEn
18. Give me a little more water	எனக்கு இன்னும் கொஞ்சம் தண்ணீர் கொடுங்கள்	enakku innum konjsam thaNNIr kodungkaL
19. I am a vegetarian, I cannot take non-vegetarian dish.	நான் சைவம் , என்னால் அசைவ உணவுகளை சாப்பிட முடியாது	n-An saivam, ennAl asaiva uNavukaLai sAppida mudiyAthu
20. Food has been served.	உணவு பரிமாறப்பட்டு விட்டது	uNavu parimARapp adduvittathu
21. The food is quite tasty.	உணவு மிகவும் சுவையாக உள்ளது	uNavu mikavum suvaiyAka uLLathu
22. You have eaten very little.	நீங்கள் மிகவும் குறைவாகசாப்பிட்டீர்கள்	n-IngkaL mikavum kuRaivAkasAppiddIrkaL
23. Please give me some appetizer.	எனக்கு பசி உண்டாக்க ஏதாவது கொடுங்கள்	enakku pasi uNdAkka EthAvathu kodungkaL
25. Please bring some milk	எனக்கு கொஞ்சம் பால் கொண்டு வாருங்கள்	enakku konjsam pAl koNdu vArungkaL
26. Please put only a little sugar in the milk.	பாலில் சிறிதளவு மட்டும் சர்க்கரை போடுங்கள்	pAlil siRithaLavu mad dum sarkkarai pOdungkaL
27. Please have this soft drink.	இந்த குளிர் பானத்தைக் குடியுங்கள்	in-tha kuLir pAnath thaik kudiyungkaL
28. Have a little more.	இன்னும் கொஞ்சம் எடுத்துக் கொள்ளுங்கள்	innum konjsam eduththuk koLLungkaL
29. Bring a cup of tea.	ஒரு கப் டீ கொண்டு வாருங்கள்	oru kap dI koNdu vArungkaL
30. I don't like tea.	எனக்கு டீ பிடிக்காது	enakku tI pidikkAthu
31. Thanks, I am fully gratified.	நன்றி, நான் முழுத் திருப்தி அடைந்து விட்டேன்	n-anRi, n-An muzuth thirupthi adain-thu viddEn
32. Please give me the bill.	பில்லைக் கொடுங்கள்	pillaik kodungkaL
33. Is the service charge included?	சேவைக்கட்டணங்களும் சேர்க்கப்பட்டுள்ளதா ?	sEvaik kaddaNang kaLum sErkkap padduLLathA ?
34. No sir, that is extra.	இல்லை ஐயா, அவை கூடுதலானவை	illai aiyA, avai kUduthalAnavai

35TH STEP முப்பத்து ஐந்தாம் நிலை

HOTEL & RESTAURANT

ஹோட்டல் மற்றும் ரெஸ்டாரன்ட்

1. Which is the best hotel in this city?	இந்த நகரத்தில் சிறந்த ஹோட்டல் எது ?	in-tha n-akaraththil siRan-tha hOddal ethu
2. I need a single bedroom with attached bath.	எனக்கு குளியலறை யுடன் கூடிய ஒற்றை படுக்கையறை வேண்டும்	enakku kuLiyalaRai yudan kUdiya oRRai padukkaiyaRai vENdum
3. Will this room suit you?	இந்த அறை உங்களுக்கு பிடித்திருக்கிறதா ?	in-tha aRai ungkaLu kkuppidiththirukkiRathA?
4. How much does this room cost per day?	இந்த அறைக்கு ஒரு நாளைக்கு வாடகை எவ்வளவு ?	in-tha aRaikku oru n-ALaikku vAdakai evvaLavu ?
5. I shall stay for two weeks.	நான் இரண்டு வாரங்கள் தங்குவேன்	n-An iraNdu vArang kaL thangkuvEn
6. The charges for the room is thirty rupees per day.	இந்த அறைக்கு ஒரு நாளைக்கு வாடகை முப்பது ரூபாய்	in-tha aRaikku oru n-ALaikku vAdakai muppathu rUpAy
7. Can I have a hot water bath?	எனக்கு வெந்நீர் குளியல் கிடைக்குமா ?	enakku ven-n-Ir kuLiyal kidaikkumA?
8. Send the room boy to me.	பணியாளை என்னிடம் அனுப்புங்கள்	paNiyALai ennidam anuppungkaL
9. Is there any letter for me?	எனக்கு ஏதாவது கடிதம் இருக்கிறதா?	enakku EthAvathu kad itham irukkiRathA ?
10. I want another blanket.	எனக்கு இன்னொரு போர்வை வேண்டும்	enakku innoru pOrvai vENdum
11. Change the sheets.	படுக்கை விரிப்புகளை மாற்றுங்கள்	padukkai virippukaLai mARRungkaL
12. I want one more pillow.	எனக்கு இன்னொரு தலையணை வேண்டும்	enakku innoru thalaiyaNai vENdum
13. Is there any phone for me?	எனக்கு ஏதாவது தொலைபேசி வந்ததா ?	enakku EthAvathu tho laipEsi van-thathA ?
14. Please have the room swept.	தயவுசெய்து அறையை துடைத்து வையுங்கள்	thayavuseythu aRai yai thudaiththu vaiyungkaL
15. Please bring some postage stamps from	தயவுசெய்து தபால் அலுவலகத்தில் இருந்து	thayavuseythu thapAl

the post-office	கொஞ்சம் அஞ்சல் தலைகளைக் கொண்டு வாருங்கள்	aluvalakaththil irun-thu konjsam anjsal thalaikaLaik koNdu vArungkaL
16. Bring some fruits for me.	எனக்கு கொஞ்சம் பழங்கள் கொடுங்கள்	enakku konjsam pazangkaL kodungkaL
17. Please give me lunch at 1P.M. and dinner at 9 P.M.	எனக்கு மதிய உணவை ஒரு மணிக்கும், இரவு உணவை ஒன்பது மணிக்கும் கொடுங்கள்	enakku mathiya uNavai oru maNikkum, iravu uNavai onpathu maNikkum kodungkaL
18. What are the charges for lunch and dinner?	மதிய உணவு மற்றும் இரவு உணவுக்கான கட்டணங்கள் என்ன?	mathiya uNavu maRRum iravu uNav ukkAna kaddaNangkaL enna ?
19. We charge seven rupees for each meal.	நாங்கள் ஒவ்வொரு உணவுக்கும் ஏழு ரூபாய் வசூலிக்கிறோம்	n-AngkaL ovvoru uNavukkum Ezu rUpAy vasUlikkiROm
20. Have you a swimming pool?	உங்களிடம் நீச்சல் குளம் உள்ளதா ?	ungkaLidam n-Issal kuLam uLLathA ?
21. Is there an extra charge for swimming?	நீந்துவதற்கு ஏதாவது கூடுதல் கட்டணம் உள்ளதா ?	n-In-thuvathaRku EthAvathu kUduthal kaddaNam uLLathA ?
22. Is the hotel open for twenty four hours?	ஹோட்டல் இருபத்தி நான்கு மணி நேரமும் திறந்திருக்குமா ?	hOddal irupaththi n-Anku maNi n-Eramum thiRan-thirukkumA ?
23. I shall leave early tomorrow.	நான் நாளை சீக்கிரமாக வே கிளம்பி விடுவேன்	n-An n-ALai sIkkiram AkavE kiLampi viduvEn
24. Bring the bill.	பில்லைக் கொண்டு வாருங்கள்	pillaikkoNduvArungkaL
25. There is a mistake in the bill.	பில்லில் ஒரு தவறு உள்ளது	pillil oru thavaRu uLLathu
26. I never ordered the wine.	நான் ஒருபோதும் வைனிற்கு ஆர்டர் கொடுக்கவில்லை	n-An orupOthum vainiRku Ardar kodukkavillai
27. You have included wine in the bill wrongly.	நீங்கள் தவறாக வைனை பில்லில்சேர்த்துள்ளீர்கள்	
28. Call the porter.	சுமை தூக்குபவரைக் கூப்பிடு	sumai thUkkupavaraik kUppidu
29. Do you accept cheques?	நீங்கள் காசோலைகளை ஏற்றுக் கொள்கிறீர்களா?	n-IngkaL kAsO laika Lai ERRuk koLkiRIrkaLA ?
30. No, we accept only cash.	இல்லை, நாங்கள் பணத்தை மட்டுமே ஏற்றுக்கொள்வோம்	illai, n-AngkaL paNath thai maddumE

36TH STEP முப்பத்து ஆறாம் நிலை

POST OFFICE/TELEPHONE/BANK

அஞ்சலகம்/தொலைபேசி/வங்கி

Post Office அஞ்சலகம்

1. Where can I find a post office?	அஞ்சலகம் எங்கு உள்ளது ?	anjsalakam engku uLLathu ?
2. Please weigh this parcel.	இந்தப் பார்சலை எடை போடுங்கள்	in-thap pArsalai edai pOdungkaL
3. I want to send some money by money order.	நான் மணியார்டர் மூலமாக கொஞ்சம் பணம் அனுப்ப வேண்டும்	n-An maNiyArdar mUlamAka konjsam paNam anuppa vENdum
4. I want to deposit Rs. two hundred only.	நான் இருநூறு ரூபாய் தான் செலுத்த விரும்புகிறேன்	n-An irun-URu rUpAy thAn seluththa virumpukiREn
5. I want to draw out Rs.Three hundred only.	நான் முன்னூறு ரூபாய் தான் எடுக்க விரும்புகிறேன்	n-An munnURu rUpAy thAn edukka virumpukiREn
6. Please give me an Inland Letter.	எனக்கு ஒரு உள்நாட்டுக் கடிதம் கொடுங்கள்	enakku oru uLn-Adduk kaditham kodungkaL
7. How much does an envelope cost?	ஒரு கடித உறை எவ்வளவு ?	oru kaditha uRai evvaLavu ?
8. I want to send it by registered post.	நான் இதை பதிவுத் தபால் மூலம் அனுப்ப விரும்புகிறேன்	n-An ithai pathivuth thapAl mUlam anuppa virumpukiREn
9. How much should I give for a post card?	நான் ஒரு தபால் கார்டிற்கு எவ்வளவு கொடுக்க வேண்டும்?	n-An oru thapAl kArdiRku evvaLavu kodukka vENdum ?
10. Please give me a one rupee postal stamp.	எனக்கு ஒரு ரூபாய் அஞ்சல் தலை கொடுங்கள்	enakku oru rUpAy anj sal thalai kodungkaL
11. I want to send a telegram.	நான் ஒரு தந்தி அனுப்ப விரும்புகிறேன்	n-An oru than-thi anuppa virumpukiREn
12. I want to send some money telegraphically.	நான் தந்தி மூலமாக கொஞ்சம் பணம் அனுப்ப விரும்புகிறேன்	n-An than-thi mUlamAka konjsam paNam anuppa virumpukiREn

| 13. Please give me an aerogram for France. | எனக்கு பிரான்ஸ் நாட்டிற்கு ஒரு ஏரோகிராம் கொடுங்கள் | enakku pirAnS n-AddiRku oru ErOkirAm kodungkaL |
| 14. Please give me the telephone directory. | எனக்கு டெலிபோன் டைரக்டரியைக் கொடுங்கள் | enakku delipOn dairakdariyaik kodungkaL |

Telephone தொலைபேசி

15. Where can I give a call?	நான் எங்கிருந்து டெலிபோன் செய்ய முடியும் ?	n-An engkirun-thu delipOn seyya mudiyum ?
16. This telephone is out of order.	இந்தத் தொலைபேசி வேலை செய்யவில்ல	in-thath tholaipEsi vElai seyyavillai
17. I want to book a trunk call for Bhubaneswar.	நான்புவனேஸ்வரத்திற்கு ஒரு ட்ரங் கால் செய்ய விரும்புகிறேன்	n-An puvanESvaraththiRku oru drang kAl seyya virumpukiREn
18. Hello, this is Abha here.	ஹலோ, நான் ஆபா பேசுகிறேன்	halO, n-An ApA pEsukiREn
19. May I talk to Minakshi?	நான் மீனாட்சியிடம் பேச முடியுமா ?	n-An mInAdsiyidam pEsa mudiyumA ?
20. Hello, Minakshi speaking.	ஹலோ, மீனாட்சி பேசுகிறேன்	halO, mInAdsi pEsukiREn
21. Please ring me at 8 o'clock.	எனக்கு எட்டு மணிக்கு போன் செய்யுங்கள்	enakku eddu maNikku pOn seyyungkaL

Bank வங்கி

22. Where is the Indian Overseas Bank?	இந்தியன் ஓவர்சீஸ் வங்கி எங்கு உள்ளது ?	in-thiyan OvarsIS vangki engku uLLathu
23. Can I meet the manager?	நான் மேலாளரைப் பார்க்க முடியுமா ?	n-An mElALaraip pArkka mudiyumA?
24. I want to open a savings bank account.	நான் ஒரு சேமிப்புக் கணக்கு துவங்க விரும்புகிறேன்	n-An oru sEmippuk kaNakku thuvangka. virumpukiREn
25. Please open a current account in the name of my firm.	எனது நிறுவனத்தின் பெயரில் ஒரு நடப்புக் கணக்கு துவங்குங்கள்	enathu n-iRuvanaththin peyaril oru n-adappuk kaNakku thuvangkungkaL
26. I want to deposit money.	நான் பணம் செலுத்த வேண்டும்	n-An paNam seluththa vENdum

27. I want to draw out money.	நான் பணம் எடுக்க வேண்டும்	n-An paNam edukka vENdum
28. Please give me an open cheque.	எனக்கு ஒரு தடையற்ற காசோலை வழங்குங்கள்	enakku oru thadaiyaR Ra kAsOlai vazangkungkaL
29. Please issue me a cheque book containing ten cheques.	எனக்கு பத்து காசோலைகள் கொண்ட ஒரு காசோலைப் புத்தகம் வழங்குங்கள்	enakku paththu kAsOlaikaL koNda oru kAsOlaip puththakam vazangkungkaL
30. Please tell me the balance of my account.	எனது கணக்கின் இருப்புத் தொகையை சொல்லுங்கள்	enathu kaNakkin irupputh thokaiyai sollungkaL
31. Please complete my pass book.	எனது கணக்குப் புத்தகத்தை பூர்த்தி செய்யுங்கள்	enathu kaNakkup puththakaththai pUrththi seyyungkaL
32. I want a loan for buying a colour television.	ஒரு கலர் டி வி வாங்குவதற்காக எனக்கு கடனுதவி தேவை	oru kalar tivi vAngku vathaRkAka enakku kadanuthavi thEvai
33. I want to meet the agent.	நான் ஏஜென்டை சந்திக்க வேண்டும்	n-An Ejendai san-thikka vENdum
34. Have any of my cheques been dishonoured?	எனது காசோலை ஏதாவது திரும்பி விட்டதா ?	enathu kAsOlai EthAvathu thirumpi viddathA ?
35. This bank's service is very good.	இந்த வங்கியின் சேவை மிகவும் நன்றாக உள்ளது	in-tha vangkiyin sEvai mikavum n-anRAka uLLathu

37TH STEP முப்பத்து ஏழாம் நிலை

WHILE TRAVELLING

பயணத்தின் போது

1. I am going out for a ride.	நான் குதிரை சவாரி செய்யப் போகிறேன்	n-An kuthirai savAri seyyap pOkiREn
2. Where is the stable?	குதிரை லாயம் எங்குள்ளது ?	kuthirai lAyam engkuLLathu ?
3. I want to dismount for a while.	நான் சிறிது நேரம் கீழே இறங்க விரும்புகிறேன்	n-An siRithu n-Eram kIzE iRangka virumpukiREn
4. Don't whip him.	அவனை சவுக்கால் அடிக்காதீர்கள்	avanai savukkAl adikkAthIrkaL
5. I wish to go by car.	நான் காரில் போக ஆசைப்படுகிறேன்	n-An kAril pOka AsaippadukiREn
6. Its wheel is not good.	அதன் சக்கரம் நன்றாக இல்லை	athan sakkaram n-anRAka illai
7. Where does this road lead to?	இந்தப் பாதை எங்கே செல்கிறது ?	in-thap pAthai engkE selkiRathu ?
8. Leave the car here.	காரை இங்கே விடுங்கள்	kArai ingkEvidungkaL
9. Parking is prohibited.	வாகனங்களை நிறுத்துவது தடை செய்யப்பட்டுள்ளது	vAkanangkaLai n-iRuththuvathu thadai seyyappadduLLathu
10. Does this tramway pass near the railway	இந்த ட்ராம் வழி இரயில்வேஸ்டேஷனுக்கு அருகில் செல்கிறதா?	in-tha drAm vazi irayilvE SdEshanukku arukil selkiRathA ?
13. When will this bus start?	இந்த பேருந்து எப்பொழுது புறப்படும்?	in-tha pErUn-thu eppo zuthu puRappadum ?
14. Let me know when we shall reach kashmir.	நாம் எப்பொழுது காஷ்மீரை அடைவோம் என்று சொல்லுங்கள்	n-Am eppozuthu kAshmIrai adaivOm enRu sollungkaL
15. I wish to roam by shikara.	நான் வேட்டையாட விரும்புகிறேன்	n-An vEddaiyAda virumpukiREn
16. Where is the booking office?	புக்கிங் அலுவலகம் எங்கு உள்ளது ?	bukking aluvalakam engku uLLathu ?
17. Is there anything worth seeing?	அங்கே ஏதாவது பார்க்க வேண்டிய இடம் உள்ளதா ?	angkE EthAvathu pArkka vENdiya idam uLLathA ?
18. Kindly move a little.	தயவுசெய்து கொஞ்சம் நகருங்கள்	thayavuseythu konjsam n-akarungkaL

19. I am going to Bombay today.	நான் இன்று பம்பாய் போகிறேன்	n-An inRu pampAy pOkiREn
20. When does the next train start?	அடுத்த ரயில் எப்பொழுது கிளம்பும் ?	aduththa rayil eppo zuthu kiLampum ?
21. Where is the luggage booking office?	சுமைகளை புக்கிங் செய்யும் அலுவலகம் எங்குள்ளது ?	sumaikaLai pukking seyyum aluvalakam engkuLLathu ?
22. How much is to be paid for luggage?	சுமைகளுக்கு எவ்வளவு செலுத்த வேண்டும் ?	sumaikaLukku evvaLa vu seluththa vENdum
23. Get my seat reserved.	எனது இருக்கையை முன்பதிவு செய்யுங்கள்	enathu irukkaiyai mun pathivu seyyungkaL
24. Where is the platform No. 6?	நடைமேடை எண். 6 எங்குள்ளது ?	n-adaimEdai eN 6 engkuLLathu ?
25. Over the bridge.	மேம்பாலத்திற்கு அந்தப் பக்கம்	mEmpAlaththiRku an-thap pakkam
26. Please go by the underground passage.	சுரங்கப் பாதை வழியாக செல்லுங்கள்	surangkap pAthai vaziyAka sellungkaL
27. There is a dining car in the train	ரயிலில் உணவுக்கான ஒரு பெட்டி உள்ளது	rayilil uNavukkAna oru petti uLLathu
28. There is no seat available.	அங்கே இடம் எதுவும் காலி இல்லை	unge idam eduvum gAli illai
29. The bus is very crowded.	பேருந்தில் மிகவும் கூட்டமாக உள்ளது	pErUn-thil mikavum kUddamAka uLLathu
30. Do not get down from the bus.	ஓடுகிற பேருந்தில் இருந்து இறங்காதீர்கள்	OdukiRa pErUn-thil irun-thu iRangkAthIrkaL
31. Our bus is in motion.	எங்களது பேருந்து ஓடிக் கொண்டிருக்கிறது	engkaLathu pErUnthu Odik koNdirukkiRathu
32. How much fare do you charge for a child?	ஒரு குழந்தைக்கு எவ்வளவு வசூலிக்கிறீர்கள் ?	oru kuzan-thaikku evvaLavu vasUlikkiRIrkaL ?
33. Take me to the aerodrome.	என்னை விமான நிலையத்திற்கு அழைத்துச் செல்லுங்கள்	ennai vimAna n-ilaiyaththiRku azaiththus sellungkaL
34. Please issue me a return ticket for Singapore.	எனக்கு சிங்கப்பூர் சென் று திரும்ப ஒரு பயணச் சீட்டு கொடுங்கள்	enakku singkappUr senRu thirumpa oru payaNassIddu
35. Our plane reached Singapore in time.	எங்களது விமானம் சிங்கப்பூருக்கு நேரத் திற்கு சென்றுவிட்டது	kodungkaLengkaLathu vimAnam singkapp Urukku n-EraththiRku senRuviddathu

38TH STEP முப்பத்து எட்டாம் நிலை

HEALTH AND HYGIENE

ஆரோக்கியமும் சுகாதாரமும்

1. Health is wealth.	நோயற்ற வாழ்வே, குறைவற்ற செல்வம்	n-OyaRRa vAzvE, kuRaivaRRa selvam
2. Prevention is better than cure.	வருமுன் காப்பதே சாலச் சிறந்தது	varumun kAppathE sAlas siRan-thathu
3. She is very tired.	அவள் மிகவும் சோர்வாக இருக்கிறாள்	avaL mikavum sOrvAka irukkiRAL
4. My health has broken down.	எனது ஆரோக்கியம் சீர்குலைந்து விட்டது	enathu ArOkkiyam sIrkulain-thuviddathu
5. He has recovered.	அவன் குணமாகிவிட்டான்	avan kuNamAkividdAn
6. I am feeling sleepy.	எனக்குத் தூக்கமாக வருகிறது	enakkuth thUkkamAka varukiRathu
7. We should not sleep during the day.	நாம் பகல் நேரத்தில் தூங்கக் கூடாது	n-Am pakal n-Eraththil thUngkak kUdAthu
8. Will you come for a walk?	நடப்பதற்கு வருகிறீர்களா ?	n-adappathaRku varukiRIrkaLA ?
9. He is better than he was yesterday.	அவன் நேற்றை விட இன்று நன்றாக இருக்கிறான்	avan n-ERRai vida inRu n-anRAka irukkiRAn
10. I am not well today.	நான் இன்று சுகமாக இல்லை	n-An inRu sukamAka illai
11. Will you not take the medicines?	நீ மருந்து சாப்பிட வில்லையா ?	n-I marun-thu sAppidavillaiyA ?
12. How is your father?	உனது தந்தை எப்படி இருக்கிறார் ?	unathu than-thai eppadi irukkiRAr ?

Doctor & Patient மருத்துவரும் நோயாளியும்

13. Let me feel your pulse.	நான் உங்கள் நாடியைப் பரிசோதித்துப் பார்க்கிறேன்	n-An ungkaL n-Adiyaip parisOthith thup pArkkiREn
14. I am feeling out of sorts today.	நான் இன்று உடல்நல மின்றி இருக்கிறேன்	n-An inRu udaln-alaminRi irukkiREn
15. The patient is sinking.	நோயாளியின் நோய் முற்றிக் கொண்டே	n-OyALiyin n-Oy muRRik koNdE

	வருகிறது	varukiRathu
16. I suffer from indigestion.	நான் அஜீரணத்தால் அவதிப்படுகிறேன்	n-An ajIraNaththAl avathippadukiREn
17. She feels nausea.	அவளக்கு குமட்டலாக உள்ளது	avaLakku kumadd alAka uLLathu
18. Do you feel dizzy?	உங்களுக்கு மயக்கமாக இருக்கிறதா ?	ungkaLukku mayakka mAka irukkiRathA ?
19. She is out of danger now.	அவள் இப்பொழுது அபாய கட்டத்தை தாண்டி விட்டாள்	avaL ippozuthu apAya kaddaththai thANdi vittAL
20. The child is cutting the teeth.	குழந்தைக்கு பல் முளைக்கிறது	kuzan-thaikku pal muLaikkiRathu
21. How many does have you taken?	நீ எத்தனை டோஸ்கள் எடுத்துக் கொண்டாய் ?	n-I eththanai dOSkaL eduththuk koNdAy ?
22. I suffer from severe constipation.	நான் கடுமையான மலச்சிக்கலால் அவதிப்படுகிறேன்	n-An kadumaiyAna malassikkalAl avathippadukiREn
23. You had a chronic fever.	உங்களுக்கு கடுமையான ஜுரம் இருந்தது	ungkaLukku kadumaiy Ana juram irun-thathu
24. I have a sore throat.	எனக்கு தொண்டை புண்ணாக இருக்கிறது	enakku thoNdai puNNAka irukkiRathu
25. Had she a headache?	அவளுக்கு தலைவலி இருந்ததா?	avaLukku thalaivali irun-thathA ?
26. She has pain in her stomach.	அவளுக்கு வயிற்றில் வலி உள்ளது	avaLukku vayiRRil vali uLLathu
27. Is he suffering from cold?	அவன் ஜலதோஷத்தால் அவதிப்படுகிறானா?	avan jalathOshaththAl avathippadukiRAnA?
28. Show me your tongue.	உனது நாக்கைக் காட்டு	unathu n-Akkaik kAddu
29. She has lost her appetite.	அவள் பசியை இழந்துவிட்டாள்	avaL pasiyai izan-thuviddAL
30. I have got a boil.	எனக்கு கொப்புளம் வந்துவிட்டது	enakku koppuLam van-thuviddathu
31. Her gums are bleeding.	அவளது ஈறுகளில் இரத்தம் கசிகிறது	avaLathu IRukaLil iraththam kasikiRathu
32. Send for a doctor.	டாக்டரைக் கூப்பிடு	dAkdaraik kUppidu
33. She has pain in the liver.	அவளுக்கு ஈரலில் வலி உள்ளது	avaLukku Iralil vali uLLathu
34. The physician will call the next morning.	வைத்தியர் அடுத்த நாள் காலையில் கூப்பிடுவார்	vaiththiyar aduththa n-AL kAlaiyil kUppiduvAr

39TH STEP முப்பத்து ஒன்பதாம் நிலை

WEATHER
வானிலை

1. It is spring.	இது வசந்த காலம்	ithu vasan-tha kAlam
2. It is summer.	இது கோடைக் காலம்	ithu kOdaik kAlam
3. It is autumn.	இது இலையுதிர்க் காலம்	ithu ilaiyuthirk kAlam
4. It is winter.	இது மழைக் காலம்	ithu mazaik kAlam
5. It is very hot today.	இன்று மிகவும் வெப்பமாக உள்ளது	inRu mikavum veppamAka uLLathu
6. It is a very cold day.	இன்று மிகவும் குளிராக உள்ளது	inRu mikavum kuLirAka uLLathu
7. This is fine weather.	இது அருமையான வானிலை	ithu arumaiyAna vAnilai
8. What a wretched day!	என்ன ஒரு மோசமான தினம்	enna oru mOsamAna thinam
9. It is raining.	மழை பெய்து கொண்டிருக்கிறது	mazai peythu koNdirukkiRathu
10. It is drizzling.	தூறிக் கொண்டிருக்கிறது	thURik koNdirukkiRathu
11. Has the moon risen?	நிலா உதித்து விட்டதா ?	n-ilA uthiththuviddathA ?
12. It has stopped raining.	மழை பெய்வது நின்று விட்டது	mazai peyvathu n-inRu viddathu
13. She will catch a cold.	அவளுக்கு ஜலதோஷம் பிடிக்கும்	avaLukku jalathOsham pidikkum
14. Is it still raining?	இன்னும் மழை பெய்து கொண்டிருக்கிறதா ?	innum mazai peythu koNdirukkiRathA ?
15. In the rainy season, we wear a raincoat.	மழைக் காலத்தில் நாங்கள் ரெயின் கோட் அணிகிறோம்	mazaik kAlaththil n-AngkaL reyin kOd aNikiROm
16. I am shivering.	நான் நடுங்கிக் கொண்டிருக்கிறேன்	n-An n-adungkik koNdirukkiREn
17. I am perspiring.	நான் வியர்த்துக் கொண்டிருக்கிறேன்	n-An viyarththuk koNdirukkiREn
18. I am drenched.	நான் நனைந்து விட்டேன்	n-An n-anain-thuviddEn

19. Cool air is blowing.	குளிர்ந்த காற்று வீசுகிறது	kuLirn-tha kARRu vIsukiRathu
20. What a strong wind!	என்ன ஒரு பலமான காற்று	enna oru palamAna kARRu
21. The weather is changing.	வானிலை மாறிக் கொண்டிருக்கிறது	vAnilai mARik koNdirukkiRathu
22. The sky is cloudy.	வானம் மேக மூட்டமாக உள்ளது	vAnam mEkamUddamAka uLLathu
23. The sky is clear.	வானம் நிர்மலமாக உள்ளது	vAnam n-irmalamAka uLLathu
24. There is lightning.	மின்னுகிறது	minnukiRathu
25. It thunders.	இடிஇடிக்கிறது	idiidikkiRathu
26. The sun is invisible.	சூரியன் கண்ணுக்குத் தெரியவில்லை	sUriyan kaNNukkuth theriyavillai
27. It is like a spring day.	இது வசந்த காலத்தின் தினம் போல உள்ளது	ithu vasan-tha kAlath thin thinam pOla uLLathu
28. The heat is unbearable.	வெப்பம் தாங்க முடியவில்லை	veppam thAngka mudiyavillai
29. It is later part of the night.	இது இரவின் பிற்பகுதி	ithu iravin piRpakuthi
30. How beautiful the rainbow is!	வானவில் எவ்வளவு அழகாக உள்ளது	vAnavil evvaLavu azakAka uLLathu
31. It is raining heavily.	பெருமழை பெய்து கொண்டிருக்கிறது	perumazai peythu koNdirukkiRathu
32. It is hailing badly.	கடுமையாக ஆலங்கட்டி மழை பெய்கிறது	kadumaiyAka Alangka ddi mazai peykiRathu
33. How fine the climate is!	வானிலை எவ்வளவு அருமையாக உள்ளது	vAnilai evvaLavu arumaiyAka uLLathu

40TH STEP நாற்பதாம் நிலை

TIME
நேரம்

1. Look at the watch.	கடிகாரத்தைப் பார்	kadikAraththaip pAr
2. What is the time?	மணி என்ன ?	maNi enna ?
3. What is the time by your watch?	உனது கடிகாரத்தில் மணி என்ன ?	unathu kadikA raththil maNi enna ?
4. What o'clock is it?	என்ன மணி ஆகிறது ?	enna maNi AkiRathu ?
5. It is exactly 7 o'clock.	சரியாக ஏழு மணி	sariyAka Ezu maNi
6. It is half past nine.	ஒன்பது மணி முப்பது நிமிடங்கள்	onpathu maNi muppa thu n-ivIdangkaL
7. It is a quarter past three.	மூன்று மணி பதினைந்து நிமிடங்கள்	mUnRu maNi pathinai n-thu n-ivIdangkaL
8. It is a quarter to four.	நான்காக பதினைந்து நிமிடங்கள் உள்ளது	n-AnkAka pathinain-thu n-ivIdangkaL
9. It is five minutes past five.	ஐந்தாகி ஐந்து நிமிடங்கள் ஆகிறது	ain-thAki ain-thu n-ivIdangkaL AkiRathu
10. It is ten minutes to six.	ஆறாக பத்து நிமிடங்கள் உள்ளது	ARAka paththu n-ivIdangkaL uLLathu
11. It is already half past four.	ஏற்கெனவே நாலரை ஆகிவிட்டது	ERkenavE n-Alarai Akividdathu
12. She will reach at one fifteen.	அவள் ஒன்றே கால் மணிக்கு சென்றடைவாள்	avaL onRE kAl maNik ku senRadaivAL
13. We reached the office at twenty- five minutes past ten.	நாம் பத்து மணி இருபத்தி ஐந்து நிமிடங்களுக்கு அலுவலகத்தை அடைந்தோம்	n-Am paththu maNi irupaththi ain-thu n-ivIdangkaLukku aluvalakaththai adain-thOm
14. The bank was looted in broad daylight.	வங்கி பட்டப் பகலில் கொள்ளையடிக்கப்பட்டது	vangki paddap pakalil koLLai yadikkap paddathu
15. The market is closed on Monday.	மார்க்கெட் திங்கட் கிழமை மூடியிருக்கும்	mArkked thingkadkizamai mUdiyirukkum
16. We take lunch at half past one.	நாங்கள் ஒன்றரை மணிக்கு மதிய உணவு எடுத்துக் கொள்கிறோம்	n-AngkaL onRarai maNikku mathiya uNavu eduththuk koLkiROm
17. This shop reopens	இந்த கடை இரண்டரை	in-tha kadai iraNdarai

at half past two.	மணிக்கு மீண்டும் திறக்கப்படும்	maNikku mINdum thiRakkappadum
18. It is ten A.M.	காலை பத்து மணி	kAlai paththu maNi
19. We leave the office exactly at five P.M.	நாங்கள் சரியாக மாலை ஐந்து மணிக்கு அலுவல கத்தில் இருந்து புறப்படுவோம்	n-AngkaL sariyAka mAlai ain-thu maNikku aluvalakaththil irun-thu puRappaduvOm
20. Is your wrist watch slow?	உங்களுடைய கைக் கடிகாரம் மெதுவாக ஓடுகிறதா ?	ungkaLudaiya kaikka dikAram methuvAka OdukiRathA ?
21. Is this time- piece fast?	இந்த மேஜைக் கடிகாரம் வேகமாக ஓடுகிறதா ?	in-tha mEjaik kadikA ram vEkamAka Oduki RathA ?
22. Is the office- clock not exact?	அலுவலக கடிகாரம் சரியாக இல்லயா ?	aluvalaka kadik Aram sariyAka illaiyA ?
23. My pen watch has stopped.	எனது பேனா கடிகாரம் நின்றுவிட்டது	enathu pEnA kadikAram n-inRuviddathu
24. It is time to rise.	இது எழுந்திருக்க வேண்டிய சமயம்	ithu ezun-thirukka vENdiya samayam
25. You are half an hour late.	நீங்கள் அரைமணி நேரம் தாமதமாக வந்துவிட்டீர்கள்	n-IngkaL araimaNi n-Eram thAmathamAka van-thuviddIrkaL
26. She is ten minutes early.	அவள் பத்து நிமிடங்கள் முன்னதாக வந்துவிட்டாள்	avaL paththu n-ivIdangkaL munnath Aka van-thuviddAL
27. It is midnight.	இது நள்ளிரவு	ithu n-aLLiravu
28. My mother gets up early in the morning.	என் தாயார் காலையில் சீக்கிரமாக எழுந்து விடுகிறார்கள்	en thAyAr kAlaiyil sIkkiramAka ezun-thu vidukiRArkaL
29. Last month, we were not here.	கடந்த மாதம் நாம் இங்கு இல்லை	kadan-tha mAtham n-Am ingku illai
30. We shall remain here this month.	இந்த மாதம் நாம் இங்கே இருப்போம்	in-tha mAtham n-Am ingkE iruppOm
31. I shall go to Simla next month.	நான் அடுத்த மாதம் சிம்லா போவேன்	n-An aduththa mAtham simlA pOvEn
32. We have been in trouble since 15th August.	ஆகஸ்ட் 15 முதல் நாங்கள் சிக்கலில் இருக்கிறோம்	AkaSd 15 muthal n-AngkaL sikkalil irukkiROm
33. What is the date today?	இன்றைய தேதி என்ன ?	inRaiya thEthi enna?
34. Why did you come yesterday?	நீ ஏன் நேற்று வந்திருந்தாய் ?	n-I En n-ERRu van-thirun-thAy ?
35. Come tomorrow at 7 o' clock.	நாளை ஏழு மணிக்கு வா	n-ALai Ezu maNikkuvA

PART 5
CONVERSATION

41ST STEP நாற்பத்து ஒன்றாம் நிலை

LET US TALK

நாம் பேசுவோம்

INTRODUCTION அறிமுகம்

How do you do? hai? Tell me, please, are you a student?	நீங்கள் எப்படி இருக்கிறீர்கள்?சொல்லுங்கள், நீங்கள் மாணவரா ?	n-IngkaL eppadi irukkiRIrkaL?sollungkaL, n-IngkaL mANavarA?
Yes, I am a student.	ஆமாம் , நான் ஒரு மாணவன்	AmAm, n-An oru mANavan
What is your name?	உங்களுடைய பெயர் என்ன ?	ungkaLudaiya peyar enna ?
My name is Pranav Chakaravarti.	என்னுடைய பெயர் பிரனவ் சக்கரவர்த்தி	ennudaiya peyar piran av sakkaravarththi
Are you an Assame or a Bengali?	நீங்கள் அஸ்ஸாமியா அல்லது பெங்காலியா?	n-IngkaL aSSAmiyA allathu pengkAliyA ?
No, I am a Marathi.	இல்லை, நான் ஒரு மராட்டியன்	illai, n-An oru marAttiyan
Tell me, please, who is she?	அவள் யார் என்று சொல்லுங்கள்	avaL yAr enRu sollungkaL
She is my friend Abha.	அவள் என்னுடைய தோழி ஆபா	avaL ennudaiya thOzi AbA
Is she a student? hai?	அவள் மாணவியா?	avaL mANaviyA ?
No, she is a translator and works in the Govt. office.	இல்லை, அவள் ஒரு மொழிபெயர்ப்பாளர், அரசு அலுவலகத்தில் பணிபுரிகிறாள்	illai, avaL oru mozipeyarppALar, arasu aluvalakaththil paNipurikiRAL
Thanks, Good-bye.	நன்றி, குட்பை	n-anRi, kudpai

ABOUT LEARING A LANGUAGE மொழியை கற்பது குறித்து

Hello, do you speak Hindi?	ஹலோ, நீங்கள் ஹிந்தி பேசுவீர்களா?	halO, n-IngkaL hin-thi pEsuvIrkaLA ?
Yes, I speak Hindi a little.	ஆம் , நான் கொஞ்சம் ஹிந்தி பேசுவேன்	Am, n-An konjsam hin-thi pEsuvEn
You speak Hindi well.	நீங்கள் நன்றாக ஹிந்தி பேசுகிறீர்கள்	n-IngkaL n-anRAka hin-thi pEsukiRIrkaL
Which is your native?	உங்கள் ஊர் எது ?	ungkaL Ur ethu ?

My native place is Chennai. I am Ashok Kelkar.	எனது ஊர் சென்னை. நான் அசோக் கேல்கர்.	enathu Ur chennai
I am studying Hindi in college. I want to speak Hindi well.	நான் கல்லூரியில் ஹிந்தி படிக்கிறேன். நான் நன்றாக ஹிந்தி பேச விரும்புகிறேன்	n-An kallUriyil hin-thi padikkiREn n-An n-anRAka hin-thi pEsa virumpukiREn
Does your Hindi teacher speak Hindi in class?	உங்களது ஹிந்தி ஆசிரியர் வகுப்பில் ஹிந்தியில் பேசுகிறாரா?	ungkaLathu hin-thi Asiriyar vakuppil hin-thiyil pEsukiRArA ?
Of course! He speaks Hindi fluently.	ஆமாம் .அவர் ஹிந்தியில் சரளமாகப் பேசுகிறார்	AmAm,avar hin-thiyil saraLamAkap pEsukiRAr
Do you understand when the teacher speaks Hindi?	ஆசிரியர் ஹிந்தி பேசும் போது உங்களுக்குப் புரிகிறதா ?	Asiriyar hin-thi pEsum pOthu ungkaLukkup purikiRathA ?
Yes, we understand when he speaks fast.	ஆம் . அவர் வேக மாகப் பேசும் போது எங்களுக்குப் புரிகிறது.	Am, avar vEkam Akap pEsumpOthu engka Lukkup purikiRathu.
Do you speak Hindi at home?	நீங்கள் வீட்டில் ஹிந்தி பேசுகிறீர்களா ?	n-IngkaL viddil hin-thi pEsukiR IrkaLA ?
Of course not! My family members do not speak Hindi.They speak only. Therefore we speak Marathi at home.	நிச்சயமாக இல்லை, என் குடும்ப உறுப்பினர்கள் ஹிந்தி பேச மாட்டார்கள் அவர்கள் மராட்டி மட்டும் தான் பேசுவார் கள். எனவே நாங்கள் வீட்டில் மராட்டி மட்டும் தான் பேசுவோம்	n-issayamAka illai, en kudumpa uRuppinar kaL hin-thi pEsa mAddArkaL avarkaL marAddi mad dumthAn pEsuvAr kaL. enavE n-AngkaL middil marAddi maddu mthAn pEsuvOm
But you speak Hindi very well!	ஆனால் நீங்கள் ஹிந்தி நன்றாகப் பேசுகிறீர்கள்	AnAl n-IngkaL hin-thi n-anRAkap pEsukiRIrkaL
Thank you very much!	மிக்க நன்றி	mikka n-anRi

VILLAGE VERSUS CITY கிராமமும் நகரமும்

You live in the village, but go to the city to work.	நீங்கள் கிராமத்தில் வசிக்கிறீர்கள். ஆனால் வேலைக்கு நகரத்திற்கு செல்கிறீர்கள்.	n-IngkaL kirAmaththil vasikkiRIrkaL, AnAl vElaikku n-akarath thiRku selkiRIrkaL.
Do you prefer to live	நீங்கள் கிராமத்தில்	n-IngkaL kirAmaththil

in the village?	வசிப்பதை விரும்பு கிறீர்களா ?	vasippathai virumpukiRIrkaLA?
Oh, yes! I prefer to live there. But I also like the city.	ஆம் , நான் அங்கே வாழ விரும்கிறேன். ஆனால் நான் நகரத்தை யும் நேசிக்கறேன்	Am, n-An angkE vAza virumpukiREn. AnAl n-An n-akaraththa iyum n-EsikkaREn
Why do you like the city?	நீங்கள் ஏன் நகரத்தை விரும்புகிறீர்கள் ?	n-IngkaL En n-akarath thai virumpukiRIrkaL ?
In the city, there are theatres, museums, libraries and university, etc.	நகரத்தில் திரையரங்குகள், அருங்காட்சியகங்கள், நூலகங்கள், பல்லைக் கழகம் போன்றவை உள்ளன	n-akaraththil thiraiyarangkukaL, arungk dsiyakangkaL, n-UlakangkaL, palkalai kkazakam pOnRavai uLLana
But there are also factories, buses, trucks and cars. Everywhere there is crowd and noise.	ஆனால் அங்கே தொழிற்சாலைகள், பேருந்துகள், ட்ரக்கு கள், கார்களும் உள்ளன. எங்கு பார்த்தாலும் கூட்டமும் , கூச்சலுமாக உள்ளது	AnAl angkE thoziRs AlaikaL, pErUn-thukaL, drakkukaL, kAr kaLum uLLana. eng kupArththAlum kUddamum, kUssa lumAka uLLathu
Quite right. That is why I prefer to live in the village, although I do work in the city. In the village it is quiet, the air is fresh.	மிகவும் சரி. இதனால் தான் நான் நகரத்தில் வேலை செய்தாலும் கிராமத்தில் வசிக்க விரும்புகிறேன். கிராமத்தில் அமைதியாக உள்ளது. காற்றும் சுத்தமாக உள்ளது	mikavum sari. ithanAl thAn n-An n-akaraththil vElai seythAlum kirAmath thil vasikka virum pukiREn. kirAmath thil amaithiyAka uLLathu, kARRum suththam Aka uLLathu
40.And does your wife like life in the village?	உங்கள் மனைவி கிராம வாழ்வை விரும்புகிறார்களா?	ungkaL manaivi kirAma vAzvai virumpukiRArkaLA?
41.She likes it very much. However, now and then she goes to the city to buy clothes and other things.	அவள் இதை மிகவும் விரும்புகிறாள். சமயங் களில் துணிகள் மற்றும் பிற பொருட்கள் வாங்க அவள் நகரத்திற்கு போய் வருகிறாள்	avaL ithai mikavum virumpukiRAL. samay angkaLil thuNikaL maRRum piRa porudkaL vAngka avaL n-akaraththiRku pOy varukiRAL
However, our family members are happy in	ஆக, எங்கள் குடும்ப உறுப்பினர்கள்	Aka, engkaL kudumpa uRuppinarkaL

| the village. | கிராமத்தில் மகிழ் ச்சியாக இருக்கிறார்கள் | kirAmaththil makizssiyAka irukkiRArkaL |

LEARNING OF LANGUAGE மொழியைக் கற்றல்

Mr. Nambiar, how are you?	ஹலோ நம்பியார், எப்படி இருக்கிறீர்கள் ?	halO n-ampiyAr, eppadi irukkiRIrkaL ?
Very well, thank you. And how is your family?	மிகவும் நன்றாக இருக்கிறேன். நன்றி உங்கள் குடும்பத்தினர் எப்படி இருக்கிறார்கள் ?	mikavum n-anRAka irukkiREn, n-anRi ungkaL kudumpath thinar eppadi irukkiRArkaL ?
Thanks, all are well. By the way, I heard that you have been studying Hindi for sometime now. That is true, I want to read, speak and write Hindi.	எல்லாரும் நன்றாக இருக்கிறார்கள் நீங்கள் சமீபகாலமாக ஹிந்தி படிக்கிறீர்கள் என்று கேள்விப்பட்டேன் அது உண்மைதான், நான் ஹிந்தி எழுத, படிக்க, பேச விரும்புகிறேன்	ellOrum n-anRAka irukkiRArkaLn-IngkaL samIpak AlamAka hin-thi padikkiRIrkaL enRu kELvippaddEn athu uNmaithAn, n-An hin-thi ezutha, padikka, pEsa virumpukiREn
Do you find the Hindi language difficult?	நீங்கள் ஹிந்தி மொழி கடினம் என்று நினைக்கிறீர்களா ?	n-IngkaL hin-thi mozi kadinam enRu n-inaikkiRIrkaLA ?
It seems difficult to foreigners; but I am making progress.	வெளிநாட்டினருக்கு கடினம் போல் தோன்றுகிறது, ஆனால் நான் முன்னேறிக் கொண்டிருக்கிறேன்	veLin-Addinarukku kadinam pOl thOnRukiRathu, AnAl n-An munnERikaka koNdirukkiREn
Excellent! You are already speaking Hindi well. Thanks! I want to speak better still. Your enthusiasm is praiseworthy.	நல்லது, நீங்கள் ஏற்கெனவே ஹிந்தி நன்றாகப் பேசுகிறீர்கள் நன்றி, நான் இன்னும் நன்றாகப் பேச விரும்புகிறேன் உங்கள் ஆர்வம் பாராட்டப்பட வேண்டியது	n-allathu, n-IngkaL ERkenavE hin-thi n-an RAkap pEsukiRIrkaL n-anRi, n-An innum n-anRAkap pEsa virumpukiREn ungkaL Arvam pArAddappada vENdiyathu

42ND STEP நாற்பத்து இரண்டாம் நிலை

BETWEEN TWO FRIENDS
இரண்டு நண்பர்களுக்கு இடையில்

Minakshi—Hello. How are you	மீனாட்சி - ஹலோ, எப்படி இருக்கிறீர்கள்?	mInAdsi - eppadi irukkiRIrkaL ?
Garima—Pretty well, thanks. And you?	கரீமா - நன்றாக இருக்கிறேன், நன்றி. நீ எப்படி இருக்கிறாய் ?	karImA - n-anRAka irukkiREn, n-anRi. n-I eppadi irukkiRAy ?
Minakshi—I am fine, thanks.	மீனாட்சி - நான் நன்றாக இருக்கிறேன், நன்றி	mInAdsi - n-An n-anR Aka irukkiREn, n-anRi
Garima—It's good to see you again.	கரீமா - உன்னை மீண்டும் பார்ப்பதில் மகிழ்ச்சி	karImA - unnai mINdum pArppathil makizssi
Abha—Do you watch television	ஆபா - நீங்கள் அடிக்கடிதொலைக்காட்சி பார்ப்பீர்களா ?	AbA - n-IngkaL adikkadi tholaikkAdsi pArppIrkaLA ?
Amit—Well, I sometimes watch it in the evening.	அமீத் - ஆம் , நான் சில சமயம் மாலை நேரங்களில் பார்ப்பேன்	amIth - Am, n-An sila samayam mAlai n-ErangkaLil pArppEn
Abha—Did you watch television last night?	ஆபா - நீங்கள் நேற்று இரவு தொலைக்காட்சி பார்த்தீர்களா ?	AbA - n-IngkaL n-ERRu iravu tholaikk Adsi pArththIrkaLA ?
Amit—Yes, I did. I saw several good programmes.	அமீத் - ஆம் , நான் பார்த்தேன், நான் பல நல்ல நிகழ்ச்சி களைப் பார்த்தேன்	amIth - Am, n-An pArththEn, n-An pala n-alla n-ikazssikaLaip pArththEn
Amit—Do you ever listen to the radio?	அமீத் - நீங்கள் எப்பொழுதாவது வானொலி கேட்டிருக்கிறீர்களா?	amIth - n-IngkaL eppozuthAvathu vAnoli kEddirukkiRIrkaLA?
Abha—Certainly, I listen practically every night.	ஆபா - ஆம், நான் தினமும் இரவு கேட்கிறேன்	AbA - Am, n-An thinamum iravu kEdkiREn
Amit—What's your favourite programme?	அமீத் - உங்களுக்கு மிகவும் பிடித்த நிகழ்ச்சி எது ?	amIth - ungka Lukku mikavum pidiththa n-ikazssi ethu ?
Abha—I like	ஆபா - எனக்கு	ApA - enakku

vandanvar best of all	அனைத்தையும் விட வந்தன்வார் மிகவும் பிடிக்கும்	anaiththaiyum vida van-thanvAr mikavum pidikkum
Shehnaz—Where did you go?	ஷெனாஸ் - நீ எங்கே போகிறாய் ?	shenAS - n-I engkE pOkiRAy ?
Minaz—We went to a beautiful beach.	மினாஸ் - நாங்கள் ஒரு அழகான கடற்கரைக்குப் போனோம்	minAS - n-AngkaL oru azakAna kadaRkarai kkup pOnOm
Shahnaz—Did you swim in the ocean?	ஷெனாஸ் - நீ சமுத்திரத் தில் நீந்தி னாயா ?	shenAS - n-I samuth thiraththil nInthinAyA
Minaz—Yes, but I swam close to the shore!	மினாஸ் - ஆம் ,ஆனால் நான் கரைக்கு அருகி லேயே நீந்தினேன்	minAS - Am, AnAl n-An karaikku arukilEyE n-In-thinEn
Manjula—What are you going to do tonight?	மஞ்சுளா - நீ இன்று இரவு என்ன செய்யப் போகிறாய்?	manjsuLA - n-I inRu iravu enna seyyap pOkiRAy ?
Gaurav—I have not decided yet.	கௌரவ் - நான் இன்னும் முடிவு செய்யவில்லை	gaurav - n-An innum mudivu seyyavillai
Manjula—Would you like to go the movies?	மஞ்சுளா - நீ சினிமாவுக்குப் போக விரும்புவாயா ?	manjsuLA - n-I sinimAvukkup pOka virumpuvAyA?
Gaurav—No, I like to go to see a drama	கௌரவ் - இல்லை, நான் நாடகம் பார்க்க விரும்பு கிறேன்	gaurav - illai, n-An n-Adakam pArkka virumpukiREn
Manoj—I have to go to the railway station.	மனோஜ் - நான் இரயில்வே ஸ்டேஷ னுக்குப் போகவேண்டும்	manOj - n-An irayilvE SdEshanukkup pOka vENdum
Vikas—Why do you have to go there?	விகாஸ் - நீ எதற்காக அங்கு போக வேண்டும்	vikAS - n-I ethaRkAka angku pOka vENdum
Manoj—To receive my sister from Bombay.	மனோஜ் - பம்பாயி லிருந்து வரும் எனது சகோதரியை வரவேற்பதற்காக	manOj - pampAyilirun-thu varum enathu sakOthariyai varavERpathaRkAka
Vikas—Let me take you on my scooter.	விகாஸ் - நான் எனது ஸ்கூட்டரில் உன்னை அழைத்துப் போகிறேன்	vikAS - n-An enathu SkUddaril unnai azaiththup pOkiREn
Pradip—Are you Dr. Bhartendu?	பிரதீப் - நீங்கள் டாக்டர் பாரத்தேந்துவா ?	pirathIp - n-IngkaL dAkdar pAraththEn-thuvA ?
Manohar—No. That tall fellow is Dr. Bhartendu	மனோகர் - இல்லை, அந்த உயர்ந்த மனிதர் தான் டாக்டர்	manOkar - illai, an-tha uyarn-tha mani thar thAn dAkdar

	பாரத்தேந்து	pAraththEn-thu
Pradip—Do you mean the one over there with spectacles?	பிரதீப் - அங்கே கண்ணாடி அணிந் திருப்பவரை சொல்கிறீர்களா ?	pirathIp - angkE kaNNAdi aNin-thiruppavarai solkiRIrkaLA ?
Manohar—Yes. The one with dark hair.	மனோகர் - ஆமாம் அதோ கருமையான முடியுடன் இருப்பவர்	manOkar - AmAm, athO karumaiyAna mudiyudan iruppavar
Inamdar—How long have you been here?	இனாம்தார் - எவ்வளவு காலமாக நீங்கள் இங்கே இருக்கிறீர்கள் ?	inAmthAr - evvaLavu kAlamAka n-IngkaL ingkE irukkiRIrkaL ?
Gopal—I have been here for two weeks.	கோபால் - நான் இங்கே இரண்டு வாரங்களாக இருக்கிறேன்	gOpAl - n-An ingkE iraNdu vArangkaLAka irukkiREn
Inamdar—How often do you get here?	இனாம்தார் - நீங்கள் எத்தனை முறை இங்கே வருகிறீர்கள் ?	inAmthAr - n-IngkaL eththanai muRai ingkE varukiRIrkaL ?
Gopal—I get to this city about twice a year.	கோபால் - நான் இந்த நகரத்திற்கு வருடத்திற்கு இரண்டு முறை வருகிறேன்	gOpAl - n-An in-tha n-akaraththiRku varu daththiRku iraNdu muRai varukiREn
Anu—Did you have a good vacation?	அனு - உன்னுடைய விடுமுறை நன்றாகக் கழிந்ததா ?	anu - unnudaiya vidumuRai n-anRAkak kazin-thathA ?
Satya—Yes, I did. I had a wonderful time.	சத்யா - ஆம் , நன்றாகக் கழிந்தது. அந்த சமயம் மிகவும் அருமையாக இருந்தது	sathyA - Am, n-anRAkak kazin-thathu. an-tha samayam mika vum arumaiyAka irun-thathu
Anu—What did you do?	அனு - நீ என்ன செய்தாய் ?	anu - n-I enna seythAy ?
Satya—I visited some old friends in New Delhi.	சத்யா - நான் புது டெல்லியில் உள்ள சில நண்பர்களை சென்று பார்த்தேன்	sathyA - n-An puthu delliyil uLLa sila n-aNparkaLai senRu pArththEn

43RD STEP நாற்பத்து மூன்றாம் நிலை

ABOUT MONEY

பணத்தைப் பற்றி

1.How much money do you have?	உன்னிடம் எவ்வளவு பணம் இருக்கிறது ?	unnidam evvaLavu paNam irukkiRathu?
—Not very much.	அதிகம் இல்லை	athikam illai
×	×	×
2.She looks upset about something.	அவள் எதைப் பற்றியோ கவலைப் படுவதாகத் தெரிகிறது	avaL ethaip paRRiyO kavalaippaduvath Akath therikiRathu
—I think she has lost her money ? something	அவள் பணத்தை தொலைத்துவிட்டாள் என்று நினைக்கிறேன்	avaL paNaththai tholaiththuviddAL enRu n-inaikkiREn
—Are you sure she lost her money?	அவள் பணத்தை தொலைத்துவிட்டாள் என்று உனக்கு உறுதியாகத் தெரியுமா ?	avaL paNaththai tholaiththuviddAL enRu unakku uRuthiy Akath theriyumA ?
—I am sure she did	ஆம் , எனக்கு உறுதியாகத் தெரியும்	Am, enakku uRuthiyAkath theriyum
×	×	×
3.How many rupees did you have in your bank?	உங்கள் வங்கிக் கணக்கில் எவ்வளவு பணம் உள்ளது ?	ungkaL vangkik kaNakkil evvaLavu paNam uLLathu ?
—I had exactly three hundred rupees.	சரியாக முன்னூறு ரூபாய் உள்ளது	sariyAka munnURu rUpAy uLLathu
×	×	×
4.Did you sell your motorcycle?	நீங்கள் உங்கள் மோட்டார்சைக்கிளை விற்றுவிட்டீர்களா?	n-IngkaL ungkaL mOddArsaikkiLai viRRuviddIrkaLA ?
—Yes, I sold it to Anupam.	ஆம் , நான் அதை எனது நண்பன்	Am, n-An athai enathu n-aNpan anupamiRku

	அனுபமிற்கு விற்றுவிட்டேன்	viRRuviddEn
×	×	×
5.Could you lend me one hundred rupees until tomorrow?	உங்களால் எனக்கு நாளை வரை நூறு ரூபாய் கடன் தர முடியுமா ?	ungkaLAl enakku n-ALai varai n-URu rUpAy kadan thara mudiyumA ?
—No, I could	இல்லை, என்னால் முடியாது	illai, ennAl mudiyAthu
×	×	×
6.Could you spare six hundred rupees?	நீங்கள் எனக்காக அறுநூறு ரூபாய் ஒதுக்க முடியுமா ?	n-IngkaL enakkAka aRun-URu rUpAy othukka mudiyumA?
—Yes, but I shall need the money before next week.	முடியும் , ஆனால் எனக்கு அந்தப் பணம் அடுத்த வாரத்திற்கு முன்னால் வேண்டும்	mudiyum, AnAl enakku an-thap paNam aduththa vAra ththiRku munnAl vEN dum
7.Did you get the money?	உங்களுக்குப் பணம் கிடைத்ததா ?	ungkaLukkup paNam kidaiththathA?
—Yes, I form my colleague.	ஆம் , நான் என் உடன் பணிபுரிபவரிடம் கடன் வாங்கினேன்	Am, n-An en udan paNipuripavaridam kadan vAngkinEn
×	×	×
8.Have you got any change?	உங்களிடம் சில்லரை உள்ளதா ?	ungkaLidam sillarai uLLathA ?
—Here are seven paise and six coins of five	என்னிடம் ஏழு பத்து பைசா மற்றும் ஆறு ஐந்து பைசா நாணயங்கள் உள்ளன	ennidam Ezu paththu paisA maRRum ARu ain-thu paisA n-ANayangkaL uLLana
×	×	×
9.Can you change this ten rupee note?	உங்களால் இந்த பத்து ரூபாய் நோட்டை மாற்ற முடியுமா ?	ungkaLAl in-tha paththu rUpAy n-Odd ai mARRa mudiyumA?
—I am sorry I don't have any note.	மன்னித்துக் கொள்ளு ங்கள் என்னிடம் எந்த நோட்டும் இல்லை	manniththuk koLLungkaL ennidam en-tha n-Oddum illai

10.Do you have change for one hundred rupees?	உங்களிடம் நூறு ரூபாய்க்கு சில்லரை உள்ளதா ?	ungkaLidam n-URu rUpAykku sillarai uLLathA ?
—Just a minute, and I shall see.	ஒரு நிமிடம் இருங்கள், பார்க்கிறேன்	oru n-imidam irungkaL, pArkkiREn
11.Will you get foreign exchange?	நீங்கள் அயல் நாட்டுப் பணத்தை மாற்றிக் கொள்கிறீர்களா ?	n-IngkaL ayaln-Addup paNaththai mARRik koLkiRIrkaLA
—Yes, I will.	ஆம் , நிச்சயமாக	Am, n-issayamAka
×	×	×
12.How much will you get?	நீங்கள் எவ்வளவு பெறுகிறீர்கள் ?	n-IngkaL evvaLavu peRukiRIrkaL ?
—A student generally gets foreign exchange worth about 5000 dollars per year.	பொதுவாக ஒரு மாணவர் வருடத்திற்கு 5000 டாலர்கள் மதிப்பு டைய அயல்நாட்டுப் பணப்பரிமாற்றத்தைப் பெறுகின்றார்	pothuvAka oru mANavar varudath thiRku 5000 dAlarkaL mathippu daiya ayaln-Addup paNappari mAR Raththaip peRukinRAr
x	x	x
13.What is your salary?	உங்கள் சம்பளம் எவ்வளவு ?	ungkaL sampaLam evvaLavu ?
—I am drawing 400 per month.	நான் மாதத்திற்கு 400 ரூபாய் சம்பளம் பெறுகிறேன்	n-An mAthaththiRku 400 rUpAy sampaLam peRukiREn
×	×	×
14.How much do you expect?	நீங்கள் எவ்வளவு எதிர்பார்க்கிறீர்கள்?	n-IngkaL evvaLavu ethirpArkkiRIrkaL?
—I do not wish to have more than fifty rupees.	எனக்கு ஐம்பது ரூபாய்க்கு மேல் வேண்டாம்	enakku aimpathu rUpAykku mEl vENdAm
×	×	×
15.Do you give any discount?	நீங்கள் ஏதாவது தள்ளுபடி தருகிறீர்களா?	n-IngkaL EthAvathu thaLLupadi tharukiRIrkaLA ?
—Not at all.	இல்லவே இல்லை	illavE illai
×	×	×
16.Is this worth twenty rupees?	இது இருபது ரூபாய் மதிப்புடையது தானா ?	ithu irupathu rUpAy mathippudaiyathu thAnA ?
—Why not? It is	ஏன் இல்லை? அதை விட விலை உயர்ந்தது	En illai ? athaivida vilai uyarn-thathu

44TH STEP நாற்பத்து நான்காம் நிலை

ON THE BUS

பேருந்தில்

1. Pay for the tickets.	பயணச்சீட்டுகளுக்கு பணம் கொடு	payaNassIddukaLukku paNam kodu
2. No, I paid last time. It is your turn today.	இல்லை, நான் கடந்த முறை கொடுத்து விட்டேன். இன்று உன்னுடைய முறை.	illai, n-An kadan-tha muRai koduth thuviddEn. inRu unnudaiya muRai
3. All right. Shall we get off at ring road, Lajpat Nagar?	நல்லது. நாம் லஜ்பத் நகர் ரிங் சாலையில் இறங்கி விடுவோமா ?	n-allathu. n-Am lajpa th n-akar ring sAlaiyil iRangki viduvOmA ?
4. I think the Central Market is little nearer the cinema. Anyway fair is the same.	சென்ட்ரல் மார்க்கெட் திரையரங்கிற்கு அருகில் உள்ளது என நினைக்கி றேன். எப்படி இருந்தா லும் கட்டணம் ஒன்றுதான்	sendral mArkked thiraiyarangkiRku arukil uLLathu ena n-naikkiREn.eppadi irun-thAlum kaddaNam onRuthAn
5. Yes, it is. I usually get off at ring road, but it makes no difference.	ஆமாம் , உண்மை தான், நான் வழக்கமாக ரிங் ரோட்டில்தான் இறங்கு கிறேன். ஆனால் இதில் எந்த வித்தியாசமும் இல்லை	AmAm, uNmaithAn,n-An vazakkamAka ring rOddil thAn iRangku kiREn. AnAl ithil en-tha viththiyAsamum illai
6. Now buy the tickets.	இப்பொழுது பயணச்சீட்டு வாங்கு	ippozuthu payaNa ssIddu vAngku
7. The bus is over crowded, So I think the conductor is very busy.	பேருந்தில் கூட்டம் அதிகமாக உள்ளது, எனவே நடத்துனர் வேலையாக இருக்கிறார் என நினைக்கிறேன்	pErUn-thil kUddam athikamAka uLL athu, enavE n-adath thunar vElaiyAka irukkiRAr ena n-inaikkiREn
8. But have you got the money ready?	ஆனால் நீ பணத்தை தயாராக வைத்திருக்கிறாயா ?	AnAl n-I paNath thai thayArAka vaiththirukkiRAyA ?
9. Yes, I have got the exact fare.	ஆம் , நான் சரியான சில்ரை வைத்துள்ளேன்	Am, n-An sariyAna sillarai vaiththuLLEn

In a Public Library பொது நூலகத்தில்

1. May I be a regular member of the library?	நான் நூலகத்தின் நிரந்தர உறுப் பினராக முடியுமா	n-An n-Ulakaththin n-iran-thara uRuppinar Aka mudiyumA ?
2. Of course. Complete this form please and get it signed with any Gazzetted officer.	நிச்சயமாக. இந்த விண்ணப்பத்தை பூர்த்தி செய்து கெசட்டட் அதி காரியிடம் கையொப்பம் பெறுங்கள்	n-issayamAka. in-tha viNNappaththai pUrththi seythu, kesa ddad athik Ariyidam kaiyoppam peRungkaL
3. What is the membership fees?	உறுப்பினர் கட்ட ணம் எவ்வளவு ?	uRuppinar kadda Nam evvaLavu ?
4. Not at all, the public library service is entirely free.	எதுவும் இல்லை. பொது நூலகசேவை முற்றிலும் இலவசமானது	ethuvum illai, pothu n-Ulaka sEvai muRRilum ilavasamAnathu
5. How many books do you lend at a time?	நீங்கள் ஒரே சமயத்தில் எத்தனை புத்தகங்கள் எடுக்க அனுமதிக்கிறீர்கள்	n-IngkaL orE samaya ththil eththanai puth tha kangkaL edukka anumathikkiRIrkaL
6. The library lends three books for forteen days.	நூலகம் பதினான்கு நாட்களுக்கு மூன்று புத்தகங்கள் தருகிறது	n-Ulakam pathin Anku n-Adka Lukku mUnRu puththakangkaL tharukiRathu
7. I see. What is the late fee per day?	அப்படியா. ஒரு நாள் தாமதத்திற்கு எவ்வளவு அபராதம்	appadiyA, oru n-AL thAmatha ththiRku evvaLavu aparAtham?
8. We charge ten paise per day for each book.	நாங்கள் ஒரு நாளை க்கு ஒரு புத்தக த்திற்கு பத்து பைசா வசூலிக்கிறோம்	n-AngkaL oru n-ALaikku oru puththa kaththiRku paththu paisA vasUlikkiROm
9. What are the working hours of the library?	நூலகத்தின் அலுவலக நேரம் என்ன ?	n-Ulakaththin aluva laka n-Eram enna ?
10. The library remains open from 9 a.m to 7.30 p.m. actors.	நூலகம் காலை ஒன்பது மணி முதல் மாலை ஏழரை மணி வரை திறந்திருக்கும்	n-Ulakam kAlai onpathu maNi muthal mAlai Ezarai maNi varai thiRan-thirukkum

At the theatre திரையரங்கில்

1. It's interval. Shall we go to the snack bar and have a cup of tea?	இது இடைவேளை. நாம் சிற்றுண்டி சாலைக்கு சென்று ஒரு கப் டீ குடிப்போம்	ithu idaivELai.n-Am siRRuNdi sAlaikku senRu oru kap dI kudippOm
2. I don't want anything. Let us stretch our legs.	எனக்கு எதுவும் வேண்டாம் .நாம் கால்களை சற்று நீட்டுவோம்	enakku ethuvum vENdAm.n-Am kAlkaLai saRRu n-IdduvOm
3. Let us go. What do you think of heroine?	நாம் போவோம் .நீ கதாநாயகியைப் பற்றி என்ன நினைக்கிறாய் ?	n-Am pOvOm.n-I kathAn-Ayakiyaip paRRi enna n-inaikkiRAy ?
4. Her performance was very good.	அவளது நடிப்பு மிகவும் சிறப்பாக இருந்தது	avaLathu n-adippu mikavum siRapp Aka irun-thathu
5. Really her future is very good.	உண்மையாகவே அவளது எதிர்காலம் சிறப்பாக உள்ளது	uNmaiyAkavE avaLathu ethir kAlam siRappAka uLLathu
6. She certainly surpassed all	அவள் நிச்சயமாக அனைத்து நடிகர் களையும் பின்னு க்குத் தள்ளி விட்டாள்	avaL n-issayamAka anaiththu n-adikarka Laiyum pinnukkuth thaLLi viddAL
7. None of the others was as good as she was.	மற்ற யாரும் அவள் அளவுக்கு சிறப்பாக இல்லை	maRRa yArum avaL aLavukku siRappAka illai
8. Except the young child Mira who made us all laugh.	நம் அனைவ ரையும் சிரிக்க வைத்த குழந்தை நட்சத்திரம் மீராவைத் தவிர	n-am anaivaraiyum sirikka vaiththa kuzan-thai n-adsaththiram mIrAvaith thavira
9. The bell is ringing. It's time to go back.	மணி அடிக்கிறது. இது திரும்பிச் செல்ல வேண்டிய நேரம்	maNi adikkiRathu. ithu thirumpis sella vENdiya n-Eram

45TH STEP நாற்பத்து ஐந்தாம் நிலை

ASKING THE WAY

வழி கேட்டல்

1.Excuse me. Can you tell me where is the temple	மன்னிக்கவும் , கோயில் எங்குள்ளது என சொல்ல முடியுமா ?	mannikkavum, kOyil engkuLLathu ena solla mudiyumA
2. Which temple are you looking for?	நீங்கள் எந்தக் கோயிலைக் கேட்கிறீர்கள் ?	n-IngkaL en-thak kOyilaik kEdkiRIrkaL ?
3. I mean the temple of Laxmi Narayanan	நான் லட்சுமி நாராயணன் கோயிலைக் கேட்கிறேன்	n-An ladsumi n-ArAyaNan kOyilaik kEdkiREn
4. Oh, the Birla Mandir. Go straight to the traffic light and then turn left	அட, பிர்லா மந்திரா. முதல் போக்குவரத்து விளக்குக் கம்பம் வரை நேராக சென்று, இடதுபுறம் திரும்புங்கள்	ada, pirlA man-thirA. muthal pOkkuvara ththu viLakkuk kampam varai n-ErAka senRu, idathupu Ram thirum pungkaL
5. I see. Is it far?	அப்படியா, அது அதிகத் தூரமா ?	appadiyA, athu athikath thUramA ?
6. Not so far. Only one kilometre.	அதிகத் தூரமில்லை. ஒரே ஒரு கிலோமீட்டர் தான்	athikath thUramillai. orE oru kilOmIddar thAn
7. Turn left at the first traffic	முதல் போக்கு வரத்து விளக்குக் கம்பத்தில் இடது புறமாகத் திரும்ப வேண்டுமா?	muthal pOkkuva rath thu viLakkuk kampath thil idathu puRam Akath thiru mpa vENdumA ?
8. When you turn left, you will see the temple	நீங்கள் இடது புறமாகத் திரும்பினால் கோயிலை பார்ப்பீர்கள்	n-IngkaL idathupuRamAkath thirumpinAl kOyilai pArppIrkaL
9. Thank you.	நன்றி	n-anRi
10. Not at all. It is a matter of gladness to help a stranger	பரவாயில்லை. ஒரு அந்நியருக்கு உதவுவது மகிழ் ச்சிக்குரிய விஷயம்	paravAyillai. oru an-n-iyarukku uthavuvathu makizssikkuriya vishayam

At The Medical Store மருந்துக் கடையில்

1. Can you make up this prescrition for me, please ?	நீங்கள் எனக்காக இதில் பரிந்துரைக் கப்பட்டுள்ள மருந் துகளை வழங்க முடியுமா ?	n-IngkaL enakkAka ithil parin-thuraikkap padduLLa marun-thukaLai vazangka mudiyumA ?
2. Certainly, gentleman, will you come back later ?	நிச்சயமாக ஐயா, நீங்கள் சிறிது நேரம் கழித்து திரும்பி வர முடியுமா ?	n-issayamAka aiyA, n-IngkaL siRithu n-Era m kaziththu thirumpi vara mudiyumA ?
3. How long will it take?	இதற்கு எவ்வளவு நேரம் எடுக்கும் ?	ithaRku evvaLavu n-Eram edukkum ?
4. Only ten minutes.	வெறும் பத்து நிமிடங்கள்	veRum paththu n-ivIdangkaL
5. Could you recommend something for headache ?	நீங்கள் தலைவலிக்கு ஏதாவது மருந்து பரிந்துரைக்க முடியுமா ?	n-IngkaL thalaivalikku EthAvathu marun-thu parin-thuraikka mudiyumA ?
6. Yes, these tablets are very effective. Mostly doctors prescribe them	ஆம் , இந்த மாத்திரை கள் மிகவும் சக்தி வாய்ந்தவை. நிறைய டாக்டர்கள் இப்பொழுது இவற்றைத் தான் பரிந்துரைக்கிறார்கள்	Am, in-tha mAththiraikaL mika vum sakthi vAyn-tha vai. n-iRaiya dAkdar kaL ippo zuthu ivaRRa ithth An parin thuraikkiRArkaL
7. All right. I will take ten tablets.	நல்லது, நான் பத்து மாத்திரைகள் எடுத்துக் கொள்கிறேன்	n-allathu, n-An paththu mAththiraikaL eduththuk koLkiREn
8. Will that be all, Sir?	அவ்வளவு தானே ஐயா	avvaLavu thAnE aiyA
9. Yes, except for my medicines? Will it be ready now ?	ஆம், எனது மருந் துகளைத் தவிர, இது இப்பொழுது தயாராகி விடுமா ?	Am, enathu marun-thukaLaith thavira, ithu ippozuthu thayArAki vidumA?
10. Not yet. Wait for a short	இதுவரை இல்லை. சிறிது நேரம் காத்திருங்கள் .தயவு செய்து அமருங்கள்	ithuvarai illai. siRithu n-Eram kAththirung kaL. thayavuseythu amarungkaL

On The Telephone தொலைபேசியில்

1. Is it Diamand Pocket Books?	இது டைமண்ட் பாக்கெட் புக்ஸா ?	ithu daimaNd pAkked pukSA ?
2. Yes, Diamand. Good morning.	ஆம், டைமண்ட் தான். வணக்கம்	Am, daimaNd thAn.vaNakkam
3. May I speak to Mr. Narendra	நான் திரு.நரேந்திர குமாரிடம் பேச முடியுமா	n-An thiru.n-arEn-thira kumAridam pEsa mudiyumA ?
4. Sorry, he has not arrived yet.	மன்னிக்கவும் , அவர் இன்னும் வரவில்லை	mannikkavum, avar innum varavillai
5. Can you tell when he will come	அவர் எப்பொழுது வருவார் என்று சொல்ல முடியுமா ?	avar eppozuthu varuvAr enRu solla mudiyumA ?
6. I don't know. You can give me your message	எனக்குத் தெரியாது. நீங்கள் உங்கள் செய்தியை என் னிடம் சொல்லுங்கள்	enakkuth theriyAthu.n-IngkaL ungkaL seythiyai ennidam sollungkaL
7. Will you convey him that I-Mr.Lamba called and ask him to ring me back as early as possible	நீங்கள் அவரிடம் திரு.லம்பா பேசினார், நீங்கள் வந்ததும் சீக்கிரம் அவருக்கு போன் செய்யச் சொன்னார் என்று தெரிவிக்க முடியுமா ?	n-IngkaL avaridam thiru.lampA pEsinAr,n-IngkaL van-thathum sIkkiram avarukku pOn seyyas sonnAr enRu therivi kka mudiyumA ?
8. O.K. What is your telephone	சரி, உங்களுடைய தொலைபேசி எண் என்ன?	sari, ungkaLudaiya tholaipEsi eN enna?
9. My number is 654527*. Mr. Narendra already knows.	என்னுடைய எண் 654527, திரு.நரேந் திராவுக்கு தெரியும்	ennudaiya eN 654527, thiru.n-arEn-thirAvu kku theriyum
10. Very well, sir. I shall tell him as	நல்லது, ஐயா. அவர் வந்ததும் சொல்லி விடுகிறேன்	n-allathu,aiyA. avar van-thathum solli vidukiREn
11. Thanks. Please remember, it is most urgent.Good bye	நன்றி. இது மிகவும் அவசரம் என்பதை நினைவில் வைத்துக் கொள்ளுங்கள்.நன்றி	n-anRi. ithu mikavum avasaram enpathai n-inaivil vaiththuk koL Lung kaL.n-anRi
*six five four five two seven.	ஆறு ஐந்து நான்கு ஐந்து இரண்டு ஏழு	ARu ain-thu n-Anku ain-thu iraNdu Ezu

46TH STEP நாற்பத்து ஆறாம் நிலை

MAKING A TRUNK CALL

ட்ரங்கால் செய்தல்

Subscriber—Hello Exchange!	சந்தாதாரர் - ஹலோ, இணைப்பகமா ?	san-thAthArar - halO, iNaip pakamA ?
Operator—Yes, Exchange speaking.	ஆபரேட்டர் - ஆமாம், இணைப்பகம் தான்	AparEddar - AmAm, iNaippakam thAn
Subs—Please book an urgent trunk call.	சந்தாதாரர் - ஒரு அவசர ட்ரங்கால் புக் செய்யுங்கள்	san-thAthArar - oru avasara drang kAl puk seyyungkaL
Op—For which city?	ஆபரேட்டர் - எந்த நகரத்திற்கு ?	AparEddar - en-tha n-akaraththiRku ?
Subs—For Pune, please.	சந்தாதாரர் -பூனாவுக்கு	san-thAthArar - pUnAvukku
Op—What number, please?	ஆபரேட்டர் - எண் என்ன ?	AparEddar - eN enna ?
Subs—6543*	சந்தாதாரர் - 6543	san-thAthArar - 6543
Op—Is the call in the name of a person?	ஆபரேட்டர் - இது யாருடைய பெயரிலாவது உள்ளதா ?	AparEddar - ithu yArudaiya peyaril Avathu uLLathA ?
Subs—Yes, please, it is in the name of Ramu.	சந்தாதாரர் - ஆமாம் இது ராமு என்ற பெயரில் உள்ளது	san-thAthArar - AmAm, ithu rAmu enRa peyaril uLLathu
Op—Please spell out the name.	ஆபரேட்டர் - பெயரை எழுத்து கூட்டி சொல்லுங்கள்	AparEddar - peyarai ezuththu kUddi sollungkaL
Subs—R for Raja, A for Agra, M for Mango, Deccand College, Pune.	சந்தாதாரர் - ரா ராஜா, மு முயற்சி, டெக்கான் கல்லூரி, பூனா	san-thAthArar - rA rAjA, mu muyaRsi. dekkAn kallUri, pUnA
Op—O.K. Your phone number?	ஆபரேட்டர் - சரி, உங்களுடைய தொலைபேசி எண்?	AparEddar - sari, ungkaLudaiya tholaipEsi eN ?
Sub—203606+	சந்தாதாரர் - 203606+	san-thAthArar - 203606+
Op—Well, please wait for five minutes or so.	ஆபரேட்டர் - நல்லது, ஐந்து நிமிடம் போல காத்திருங்கள்	AparEddar - n-allathu, ain-thu n-imidam pOla kAththirungkaL

Subs—What is my registration number?	சந்தாதாரர் - என் பதிவு எண் என்ன ?	san-thAthArar - en pathivu eN enna ?
Op—B for Bombay 1002×	ஆபரேட்டர் - ப பம் பாய் 1002	AparEddar - pa pampAy 1002
Subs—Thank you, sir	சந்தாதாரர் - நன்றி ஐயா	san-thAthArar - n-anRi aiyA
[After seven minutes]	(ஏழு நிமிடங்க ளுக்குப் பிறகு)	(Ezu n-imidangka Lukkup piRaku)
Op—Hello, is it 203606?+	ஆபரேட்டர் - ஹலோ, இது 203606 ஆ ?	AparEddar - halO, ithu 203606 A ?
Subs—Yes speaking.	சந்தாதாரர் - ஆம் ,பேசுகிறேன்	san-thAthArar - Am,pEsukiREn
Op—Here is your trunk call to Pune. Please speak to your friend.	ஆபரேட்டர் - உங்களின் பூனாவுக்கான ட்ரங் கால் இதோ. உங்கள் நண்பருடன் பேசுங்கள்.	AparEddar - ungkaLin pUnAvukkAna drang kAl ithO.ungkaL n-aparudan pEsungkaL.
Subs—Thank you very much.	சந்தாதாரர் - மிக்க நன்றி	san-thAthArar - mikka n-anRi
Subs—Hello, Ramu?	சந்தாதாரர் - ஹலோ, ராமு ?	san-thAthArar - halO, rAmu ?
Ramu—Speaking.	ராமு - பேசுகிறேன்	rAmu - pEsukiREn
Subs—Amit from Delhi.	சந்தாதாரர் - டெல்லியில் இருந்து அமீத் பேசுகிறேன்	san-thAthArar - delliyil irun-thu amIth pEsukiREn
Ramu—Oh! Your father was very anxious about you.	ராமு - அட. உன் தந்தை உன்னைப் பற்றி மிகவும் ஆவலாக உள்ளார்	rAmu - ada. un than-thai unnaip paRRi mikavum AvalAka uLLAr
Amit—I arrived here only yesterday.	அமீத் - நான் நேற்று தான் இங்கு வந்தேன்	amIth - n-An n-ERRu thAn ingku van-thEn
Ramu—How are all in the family? How is my sister-in law? your mother?	ராமு - வீட்டில் எல்லாரும் எப்படி இருக்கிறார்கள் ? உன் மைத்துனி, உன் அம்மா ஆகியோர் எப்படி இருக்கிறார்கள் ?	rAmu - middil ellOrum eppadi irukkiRArkaL ? nun maiththuni, un ammA AkiyOr eppadi irukkiRArkaL ?
Amit—All are O.K. Where is my father?	அமீத் - எல்லாரும் நலமாக இருக்கி றார்கள்.என் அப்பா எங்கே இருக்கிறார்?	amIth - ellOrum n-alamAka irukkiRArkaL.en appA engkE irukkiRAr ?
Ramu—He has gone to attend a literary	ராமு - அவர் ஒரு இலக்கிய கூட்டத்திற்குப்	rAmu - avar oru ilakkiya

132 Learn Tamil in 30 days Through English

meeting.	போயிருக்கிறார்	kUddaththiRkup pOyirukkiRAr
Amit—How is he?	அமீத் - அவர் எப்படி இருக்கிறார் ?	amIth - avar eppadi irukkiRAr ?
Ramu—My brother? He is very well. He is busy in compiling a classified dictionary.	ராமு - என் சகோதரனா? அவன் நன்றாக இருக்கிறான்.அவன் ஒரு வகைப் படுத்த ப்பட்ட அகராதியை தொகுப்ப தில் மும்முரமாக இருக்கிறான்	rAmu - en sakOtharanA ? avan n-anRAka irukki RAn.avan oru vakaip paduththappadda akar Athiyai thokup pathil ummuramAka irukkiRAn
Amit—How is uncle?	அமீத் - மாமா எப்படி இருக்கிறார் ?	amIth - mAmA eppadi irukkiRAr ?
Ramu—Very well. Today he has gone to Bombay.	ராமு - நன்றாக இருக்கிறார்.இன்று அவர் பம்பாய் போயிருக்கிறார்	rAmu - n-anRAka irukkiRAr.inRu avar pampAy pOyirukkiRAr
Amit—How much work is to be done yet?	அமீத் - இன்னும் எவ்வளவு வேலை செய்ய வேண்டியுள்ளது	amIth - innum evvaLavu vElai seyya vENdiyuLLathu ?
Ramu—The work is almost done. only revision is required.	ராமு - வேலை கிட்டத் தட்ட முடிந்து விட்டது.மறு ஆய்வு மட்டுமே தேவைப்படுகிறது	rAmu - vElai kiddaththadda mudin-thuvid dathu.maRu Ayvu maddumE thEvaip padukiRathu
Amit—Ask my father to ring me up tomorrow morning at half past six.	அமீத் - எனது தந்தையை நாளை காலை ஆறரை மணிக்கு எனக்கு போன் செய்யச் சொல்	amIth - enathu than-thaiyai n-ALai kAlai ARarai maNikku enakku pOn seyyas sol
Ramu—O.K. I shall tell him.	ராமு - சரி, நான் சொல்லிவிடுகிறேன்	rAmu - sari,n-An sollividukiREn
Subs—Hello, Sir, my talk is finished. Would you kindly let me know the charges?	சந்தாதாரர் - ஹலோ,ஐயா, என் பேச்சு முடிந்து விட்டது. கட்டணம் எவ்வளவு என்று சொல்லுங்கள்	san-thAthArar - halO,aiyA, en pEssu mudin-thu viddathu. kaddaNam evvaLavu enRu sollungkaL
Op—Rupees Sixty, Sir.	ஆபரேட்டர் - அறுபது ரூபாய்,	AparEddar - aRupathu rUpAy
Subs—Thank you.	சந்தாதாரர் - நன்றி ஐயா	san-thAthArar - n-anRi aiyA

47TH STEP நாற்பத்து ஏழாம் நிலை

ABOUT A TRIP

உல்லாசப் பயணம் பற்றி

Abha—Puja, have ever been to Mahabalipuram?	ஆபா - பூஜா, நீ எப்பொழுதாவது மகாபலிபுரம் போயிருக்கிறாயா ?	AbA - pUjA,n-I eppozuthAvathu makApalipuram pOyirukkiRAyA ?
Puja—No, I could not spare my time for it.	பூஜா - இல்லை,என்னால் அதற்கு நேரம் ஒதுக்க முடியாது	pUjA - illai, ennAl athaRku n-Eram othukka mudiyAthu
Abha—Just have a short trip. It enables you to witness a charming scenery.	ஆபா - ஒரு சின்ன உல்லாசப் பயணம் போய் வா. உனக்கு அருமையான இயற்கைக் காட்சிகள் காணக் கிடைக்கும்	AbA - oru sinna ullAsap payaNam pOy vA.unakku arumaiyAna iyaRkaik kAdsikaL kANak kidaikkum
Puja—O.K. I shall go for a short visit tomorraw with my father.	பூஜா - சரி, நான் நாளை எனது தந்தையுடன் ஒரு சிறு உல்லாசப் பயணம் போய் வருகிறேன்	pUjA - sari,n-An n-ALai enathu than-thaiyudan oru siRu ullAsap payaNam pOy varukiREn
(The very next day Abha asks Puja)	(அடுத்த நாள் ஆபா பூஜாவைக் கேட்கிறாள்)	(aduththa n-AL ApA pUjAvaik kEdkiRAL)
Abha—How did you like Mahabalipuram?	ஆபா - மகாபலி புரம் எப்படி இருந்தது ?	AbA - makApalipuram eppadi irun-thathu ?
Puja—It was really marvellous.	பூஜா - அது உண்மையிலேயே மிகவும் அருமை யாக இருந்தது	pUjA - athu uNmaiyilEyE mikavum arumai yAka irun-thathu
Abha—Have you not visited the sculptures by the side of the seashore?	ஆபா - கடற்கரை யோரம் உள்ள சிற்பங்களை நீ பார்க்கவில்லயா?	AbA - kadaRkarai yOram uLLa siRpangkaLai n-I pArkkavillaiyA?
Puja—Indeed, I have, but I am not attracted to it by some religious faith.	பூஜா - பார்த்தேன், ஆனால் சில மதநம் பிக்கைகள் காரணமாக எனக்கு அவற்றின் மீது ஈர்ப்பு இல்லை	pUjA - pArththEn, AnAl sila matha n-ampikkaikaL kAraNam Aka enakku avaRRin mIthu Irppu illai

Abha—Understand my point. You are a poet. Did you not see any work of art in the sculpture scattered around Mahabalipuram?

ஆபா - என் கருத்தைப் புரிந்து கொள். நீ ஒரு கவிதாயினி. மகாபலி புரத்தில் சிதறிக்கிடக்கும் சிற்பங்களில் நீ எந்த கலை வேலைப் பாட்டையும் காணவில்லையா ?

AbA - en karuththaip purin-thu koL. n-I oru kavithAyini.makA palipuraththil sithaRik kidakkum siRpan gkaLil n-I en-tha kalai vElaippAddaiyum kANavillaiyA ?

Puja—There are certainly works art and I appreciated them. I was really impressed.

பூஜா - அவை உண்மையிலேயே கலை வேலைப்பாடுகள் தான். நான் அவற்றைப் பாராட்டினேன். நான் உண்மையிலேயே கவரப்பட்டுவிட்டேன்

pUjA - avai uNmaiyilEyE kalaivElai ppAdukaL thAn.n-An avaRRaip pArAd dinEn.n-An uNmai yilEyE kavarappa dduviddEn

Abha—Apart from this, how did you enjoy the view of the sea?

ஆபா - இவை தவிர, நீ கடற் காட்சியை எப்படி அனுபவித்தாய் ?

AbA - ivai thavira,n-I kadaR kA dsiyai ep padi anupaviththAy ?

Puja—I cannot express that in words. It was marvellous indeed.

பூஜா - என்னால் அவற்றை வார்த்தை களால் சொல்லமுடியாது. அவை மிகவும் அற்புதமானவை.

pUjA - ennAl avaRRai vArththaikaLAl solla mudiy Athu.avai mikavum aRputhamAnavai

ABOUT A TOUR
சுற்றுப்பயணம் பற்றி

Uma—Papa, you have come back after two months. Please tell me, what places you have visited.

உமா - அப்பா, நீங்கள் இரண்டு மாதங்கள் கழித்து வருகிறீர்கள். நீங்கள் எந்தெந்த இடங்களுக்குப் போனீர்கள் என்று சொல்லுங்கள்

umA - appA, n-IngkaL iraNdu mAthangkaL kaziththu varukiR IrkaL.n-IngkaL en-then-tha idangka Lukkup pOn IrkaL enRu sollungkaL

Papa— Come on my daughter, I am returning after touring throughout India.

அப்பா - வா மகளே,நான் இந்தியா முழுவதும் சுற்றுப் பயணம் செய்துவிட்டு திரும்பியிருக்கிறேன்

appA - vA makaLE,n-An in-thiyA muzuvathum suRRup payaNam seythuviddu thirumpiyirukkiREn

Uma—Papa, where did you go first?

உமா - அப்பா, நீங்கள் முதலில் எங்கே

umA - appA, n-IngkaL muthalil engkE

	போனீர்கள்?	pOnIrkaL ?
Papa—First of all, I went to Delhi. Delhi is the Capital of India.	அப்பா - முதன் முதலில் நான் டெல்லிக்குப் போனேன். டெல்லி இந்தியாவின்தலைநகரம்	appA - muthan muthalil n-An dellik kup pOnEn.delli in-thi yAvin thalainakaram
Uma—What did you see in Delhi?	உமா - நீங்கள் டெல்லி யில் என்ன பார்த்தீர்கள்	umA - n-IngkaL delliyil enna pArththIrkaL ?
Papa—In Old Delhi I saw the Red Fort.	அப்பா - பழைய டெல்லியில் நான் செங்கோட்டையைப் பார்த்தேன்.	appA - pazaiya delliyil n-An sengkOddaiyaip pArththEn.
Uma—Where did you go afterward?	உமா - பிறகு நீங்கள் எங்கே போனீர்கள்?	umA - piRaku n-IngkaL engkE pOnIrkaL ?
Papa—After that I went to Bombay.	அப்பா - அதன் பிறகு நான் பம்பாய்போனேன்.	appA - athan piRaku n-An pam pAy OnEn.
Uma—Then you must have seen the sea and big ships also.	உமா - அப்படியென்றால் நீங்கள் கடலையும், மிகப் பெரிய கப்பல்ளையும் பார்த்திருக்க வேண்டும்	umA - appadiyenRAl n-IngkaL kadalaiyum, mikapperiya kappalka Laiyum pArththirukka vENdum
Papa—Yes, I have seen many ships.	அப்பா - ஆம் , நான் நிறைய கப்பல்ளைப் பார்த்தேன்	appA - Am, n-An n-iRaiya kappalkaLaip pArththEn
Uma—Papa, did you not go to Agra?	உமா - அப்பா, நீங்கள் ஆக்ரா போகவில்லயா ?	umA - appA,n-IngkaL AkrA pOkavillaiyA ?
Papa—Oh yes, I went to Agra also and visited the Taj, and dropped at Mathura too, for a day.	அப்பா - அட ஆமாம் , நான் ஆக்ராவிற்கும் போனேன். தாஜ் மகாலைப் பார்த்தேன். ஒரு நாள் மதுராவிலும் இறங்கினேன்	appA - ada AmAm,n-An AkrAviRkum pOnEn.thAjmakAlaip pArththEn.oru n-AL mathurAvilum iRangkinEn
Uma-Will you please point out on the map the places you visited papa?	உமா - அப்பா நீங்கள் சென்றுவந்த இடங்களை வரை படத்தில் சுட்டிக் காட்ட முடியுமா ?	umA - appA n-IngkaL senRuvan-tha idang kaLai varaipadaththil suddikkAdda mudiyumA ?
Papa—Why not, my child, bring the map. I will show you everything.	அப்பா - ஏன் முடியாது மகளே. வரைபடத்தைக் கொண்டு வா.நான் உனக்கு அனைத்தையும் காட்டுகிறேன்	appA - En mudiyAthu makaLE varaipadath thaik koNdu vA.n-An unakku anaiththaiyum kAddukiREn

48TH STEP நாற்பத்து எட்டாம் நிலை

THE VILLAGER AND THE URBAN

கிராமவாசியும்,நகரவாசியும்

Urbaninte—How are you! I am seeing you after a very long time.	நகரவாசி - எப்படி இருக்கிறீர்கள்? நான் உங்களை வெகு நாட்களுக்குப் பிறகு பார்க்கிறேன்	n-akaravAsi - eppadi irukkiRIrkaL ? n-An ungkaLai veku n-AdkaLukkup piRaku pArkkiREn
Villager—Yes friend, I have come here on a particular business and will return back this night.	கிராமவாசி - ஆமாம் நண்பரே, நான் ஒரு வேலையாக இங்கு வந்திருக்கிறேன். இன்று இரவு திரும்பிவிடுவேன்	kirAmavAsi - AmAm n-aNparE,n-An oru vElaiyAka ingku vanthirukkiREn.inRu iravu thirumpividuvEn
Urbanite—Why so soon? Do you hesitate to stay in towns?	ந வாசி - ஏன் இவ்வளவு சீக்கிரம்? நீங்கள் நகரத்தில் தங்கத் தயங்கு கிறீரர்களா ?	n-a vAsi - EnivvaLavu sIkkiram? n-IngkaL n-akaraththil thang kath thayangku kiRIrkaLA?
Villager—Yes gentleman, I don't like town at all. I do not find any pleasure in the filthy atmosphere of the towns. Hustle and bustle irritates me.	கி வாசி - ஆமாம், எனக்கு நகரமே பிடிப்ப தில்லை. நகரங்களின் தூய்மையற்ற சூழ்நிலை யில் நான் எந்த சுகத்தை யும் காணவில்லை. நகரத்தின் ஆரவாரம் என்னை எரிச்சலடையச் செய்கிறது	ki vAsi - AmAm, enakku n-akaramE pidippathillai. n-akarangkaLin thUymaiyaRRa sUzn-ilaiyil n-An entha sukath thaiyum kANa villai.n-akarath thin AravAram ennai erissaladaiyas seykiRathu
Urbanite- Wonder! How can you enjoy the life without hustle and bustle. I would not bear the calmness and silence of the village. It would make me mad.	ந வாசி - ஆச்சரியம் . ஆரவாரமில்லாமல் நீங்கள் எப்படி வாழ்வை அனுபவிக்க முடியும் ? என்னால் கிராமத்தின் நிசப்தத்தையும். அமைதி யையும் பொறுத்துக் கொள்ள முடியாது. அது என்னைப் பைத்தியமாக்கி விடும்	n-a vAsi - Assariyam. AravAramillAmal n-IngkaL eppadi vAzvai anupavikka mudiyum ?ennAl kirAmaththin n-isapthaththaiyum, amaithiyaiyum poRuththuk koLLa mudiyAthu. athu ennaip paiththiyamA kividum

Villager—Everyman has his own attitude, but I much love the rural beauty.

கி வாசி - ஒவ்வொரு வருக்கும் ஒரு மனோ பாவம் உள்ளது. ஆனால் நான் கிராமிய அழகை மிகவும் ரசிக்கிறேன்

ki vAsi - ovvoru varukkum oru manOpAvam uLLathu. AnAl n-An kirAmiya azakai mikavum rasikkiREn

Urbanite—Are you getting something of this modern age in your village?

ந வாசி - இந்த நவீன யுகத்தின் ஏதாவது உங்க ளுக்கு உங்கள் கிராமத் தில் கிடைக்கிறதா ?

n-a vAsi - in-tha n-avIna yukaththin EthAvathu ungkaLu kku ungkaL kirAma ththil kidaikkiRathA ?

Villager—The thing which can be gotten in the village can never be gotten in the town.

கி வாசி - கிராமத்தில் கிடைக்கக் கூடிய விஷயம் ஒரு போதும் நகரத்தில் கிடைக்காது

ki vAsi - kirAmaththil kidai kkak kUdiya visha yam orupOthum n-akaraththil kidaikkAthu

Urbanite—Oh! Do you want to live in quiet atmosphere alone? Will your life not be dull without cinema, sports and other social activities?

ந வாசி - அட, நீங்கள் அமைதியான சூழ்நிலை யில் தனியாக வாழ விரும்புகிறீர்களா ? சினிமா.விளையாட்டு மற்றும் பிற சமூக செயல் பாடுகள் இல்லாமல் உங்கள் வாழ்வு மந்தமாக இல்லையா ?

n-a vAsi - ada,n-IngkaL amaithiyAna sUzn-ilaiyil thaniyAka vAza virumpuki RIrkaLA?sinimA, viLaiyAddu maRRum piRa samUka seyalpA dukaL illAmal ungkaL vAzvu man-thamAka illaiyA ?

Villager—I think that will be much better. Of course the town had made the human life a machine.

கி வாசி - அது எவ்வளவோ சிறந்தது என்று நான் நினைக்கி றேன். சொல்லப் போனால் நகரம் மனித வாழ்வை இயந்திரமாக்கி விட்டது

ki vAsi - athu evvaLavO siRan-thathu enRu n-An n-inaikkiREn. sollap pOnAl n-akaram mani tha vAzvai iyan-thiramAkki viddathu

Urbanite - But can a nation prosper without its great cities?

ந வாசி - ஆனால், அதன் சிறப்பான நகரங்கள் இல்லாமல் ஒரு நாடு செழிப்படைய முடியுமா ?

n-a vAsi - AnAl, athan siRappAna n-akarangkaL illAmal oru n-Adu sezippa daiya mudiyumA ?

Villager- But never forget that the foundation of our nation really lies in

கி வாசி - ஆனால் நமது நாட்டின் அடித்தளம் உண்மையிலேயே கிராமங்களில் தான்

ki vAsi - AnAl n-amathu n-Addin adiththaLam uNmaiyilEyE

villages. Without improvement of the village the nation cannot progress.	உள்ளது என்பதை ஒருபோதும் மறந்துவிடாதீர்கள். கிராமங்கள் வளர்ச்சி காண முடியாது	kirAmangkaLil thAn uLLathu enpathai orupO thum maRan-thuvid AthIrkaL. kirAmangkaL munnE RAmal n-Adu vaLars si kANa mudiyAthu
Urbanite- I admit it, but I don't think of leaving the cities.	ந வாசி - நான் அதை ஏற்றுக் கொள்கிறேன், ஆனால் என்னால் நகரங்களை விட்டுச் செல்வதைப் பற்றி யோசிக்க முடியாது	n-a vAsi - n-An athai ERRuk koLkiREn, AnAl ennAl n-akarang kaLai viddus selvathaip paRRi yOsikka mudiyAthu
VIllager- Thank you for the good talk. Now I am in a hurry. We shall talk again whenever we find time. Good bye.	கி வாசி - பேசியதற்கு நன்றி. நான்இப்பொழுது அவசரத்தில் இருக்கிறேன். நமக்கு நேரம் கிடைக்கும் போது நாம் மீண்டும் பேசுவோம். வருகிறேன்	ki vAsi - pEsiyatha Rku n-anRi.n-An ippozuthu avasara ththil irukkiREn.n-amakku n-Eram kidaik kum pOthu n-Am mINdum pEsuvOm. varukiREn
Urbanite—Bye-bye. See you again.	ந வாசி - பை பை. மீண்டும் சந்திப்போம்	n-a vAsi - bai bai, mINdum san-thippOm

•••

49TH STEP நாற்பத்து ஒன்பதாம் நிலை

THE DOCTOR AND THE PATIENT

டாக்டரும், நோயாளியும்

Patient—Good morning doctor! Can you spare me a few minutes?	நோயாளி - வணக்கம் டாக்டர். எனக்கு சில நிமிடங்கள் ஒதுக்க முடியுமா ?	n-OyALi - vaNakkam dAkdar.enakku sila n-ivIdangkaL othukka mudiyumA?
Doctor—Why not? Take seat... Now, tell me what is wrong with you?	டாக்டர் - ஏன் முடியாது? உட்காருங்கள்.இப்பொழுது சொல்லுங்கள். உங்களுக்கு என்ன பிரச்சனை?	dAkdar - En mudiyAthu?udkArungkaL. ippozuthu sollungkaL, ungkaLukku enna pirassanai?
Patient—I have lost my appetite. I am always suffering from indigestion. And what is worse, I can't sleep in the night.	நோயாளி - எனக்கு பசி எடுப்பதில்லை. நான் எப்பொழுதும் அஜீரணத்தால் அவதிப் படுகிறேன்.அனைத்தையும் விட மோசமானது என்னால் இரவில் நன்றாக தூங்க முடியவில்லை	n-OyALi - enakku pasi eduppathillai.n-An eppozuthum ajIraNaththAl avathippadukiREn. anaiththaiyum vida mOsamAnathu ennAl iravil n-anRAka thUngka mudiyavillai
Doctor—I see. What are you?	டாக்டர் -அப்படியா? நீங்கள் என்ன செய்கிறீர்கள் ?	dAkdar - appadayA? n-IngkaL enna seykiRIrkaL ?
Patient—I am a senior proof-reader in a well established printing press. I have to work long hours on my seat.	நோயாளி - நன்கு வளர்ந்த ஒரு பிரிண்டிங் பிரஸ்ஸில் நான் மூத்த பிழை திருத்து பவராக இருக் கிறேன். நான் எனது இருக்கையில் அமர்ந்து அதிக நேரம் வேலை செய்ய வேண்டியுள்ளது	n-OyALi - n-anku vaLarn-tha oru piriNding piraSSil n-An mUththa pizai thiruththupavarAka irukkiREn.n-An enathu irukkaiyil amarn-thu athika n-Eram vElai seyya vENdiyuLLathu
Doctor—Are you evening walk?	டாக்டர்- உங்களுக்கு மாலையில் நடக்கும் வழக்கம் உள்ளதா?	dAkdar - ungka Lukku mAlaiyil n-adakkum vazakkam uLLathA?

Patient - No doctor, I don't go for a walk in the evening. I feel too much tired when I get home, I simply take my food and go to bed.	நோயாளி - இல்லை டாக்டர். நான் மாலையில் நடப்பதில்லை. நான் வீட்டிற்குப் போகும் போது மிகவும் சோர்வாக உணர்கிறேன். எனவே நான் சாப்பிட்டுவிட்டு படுத்துவிடுவேன்	n-OyALi - illai dAkdar, n-An mAlaiyil n-adappathillai.n-An middiRkup pOkum pOthu mikavum sOrvAka uNarkiREn. enavE n-An sAppid duviddu paduth thuviduvEn
Doctor—As I think, your troubles are due to your indisciplined life. Take rest and do proper physical labour.	டாக்டர் - உங்களது ஒழுங்கற்ற வாழ்க்கை முறை தான் உங்கள் பிரச்சனைகளுக்கு காரணம் என்று நான் நினைக்கிறேன். ஓய் வெடுத்துக் கொண்டு முறையான உடல் உழைப்பைச் செய்யுங்கள்	dAkdar - ungkaLathu ozungkaRRa vAzkkaimuRai thAn ungkaL pirassanai kaLukku kAraNam enRu n-An ninaikki REn. Oyveduththuk koNdu muRaiyAna udal uzaippais seyyungkaL
Patient—I agree you. I could not get any leave for a long time.	நோயாளி - நான் நீங்கள் சொல்வதை ஒத்துக் கொள்கிறேன். எனக்கு நீண்ட நாட்களுக்கு விடுப்பு கிடைக்காது	n-OyALi - n-An n-IngkaL solvathai oththukkoLkiREn. enakku n-INda n-AdkaLukku viduppu kidaikkAthu
Doctor—Well. I advise you to go to any countryside for some days. Rest in the open air, keeping the doors open. Take walk in the morning and the evening. Improve your diet. Be regular in rest and sleep. I think by following these instructions you will be alright in very short period.	டாக்டர் - நல்லது. நீங்கள் கொஞ்ச நாளைக்கு ஏதாவது கிராமத்துப் பக்கம் போய் விடுங்கள் .கதவுகளைத் திறந்து வைத்துவிட்டு வெளிக் காற்றில் ஓய்வெடுங்கள். காலையிலும்,மாலையிலும் நடைப் பயிற்சி செய்யு ங்கள். உங்கள் உணவை மேம்படுத்துங்கள். ஓய் வெடுப்பதிலும், தூங்கு வதிலும் முறையைக் கடைப் பிடியுங்கள். இந்த விதிமுறைகளைக் கடைப்பிடித்தால் நீங்கள் குறுகிய காலத்தில்	dAkdar - n-allathu. n-IngkaL konjsa n-ALaikku EthAvathu kirAmaththup pakkam pOyvidung kaL. kathavuka Laith thi Ran- thu vaiththu viddu veLik kARRil Oyvedung kaL, kAlai yilum, mAlaiyilum n-adai ppayiRsi seyy ungkaL. ungkaL uNavai mEmpaduth thungkaL. Oyvedup pathilum, thUngku vathilum muRaiyaik kadaippidi yung

	குணமாகி விடுவீர்கள் என்று நினைக்கிறேன்	kaL.in-tha vithimu RaikaLaik kadaip kuNamAki vidumirkaL enRu n-inaikkiREn
Patient—Thank you doctor, I shall follow your instructions positively.	நோயாளி - நன்றி டாக்டர். நான் நிச்சயம் உங்கள்அறிவுரைகளைக் கடைப்பிடிக்கிறேன். நன்றி	n-OyALi - n-anRi dAkdar.n-An n-issayam ungkaL aRivuraikaLaik kadaippidikkiREn, n-anRi
Doctor—Please visit me after ten days. I think you will improve.	டாக்டர் - பத்து நாட்கள் கழித்து வாருங்கள் .நீங்கள் குணமாகி விடு வீர்கள் என்று நான் நினைக்கிறேன்.	dAkdar - paththu n-AdkaL kaziththu vArungkaL.n-IngkaL kuNamAki vidumirkaL enRu n-An n-inaikkiREn.

•••

50TH STEP ஐம்பதாவது நிலை

SELF-INTRODUCTION

சுய அறிமுகம்

1. My name is Shahnaz.	என் பெயர் ஷானாஸ்	en peyar shAnAS
2. I am an Indian and I live in Pune.	நான் ஒரு இந்தியன், பூனாவில் வசிக்கிறேன்	n-An oru in-thiyan, pUnAvil vasikkiREn
3. I have just completed.	நான் இப்பொழுது தான் நிறைவு செய்தேன்	n-An ippozuthu thAn n-iRaivu seythEn
	நான் கன்னிப் பெண்	n-An kannip peN
4. I am a virgin.		
5. I am a student and studying in 10th class.	நான் ஒரு மாணவி, பத்தாம் வகுப்பு படிக்கிறேன்	n-An oru mANavi, paththAm vakuppu padikkiREn
6. My father is senior officer in P.M.T.	என் தந்தை பி.எம்.டி. யில் மூத்த அதிகாரியாக உள்ளார்	en than-thai pi.em.di.yil mUththa athikAriyAka uLLAr
7. I have two brothers and three sisters.	எனக்கு இரண்டு சகோதரர்கள், மூன்று சகோதரிகள் இருக்கிறார்கள்	enakku iraNdu sakOthararkaL, mUnRu sakOtharikaLirukkiRArkaL
8. My elder brother is an engineer.	என் அண்ணன் ஒரு பொறியாளர்	en aNNan oru poRiyALar
9. My younger brother is kind hearted.	என் தம்பி இரக்க சுபாவமுள்ளவன்	en thampi irakka supAvamuLLavan
10. Minaz, Gulnar and Dilshad are my younger sisters.	மினாஸ்,குல்நர்,தில்த் ஆகியோர் எனது தங்கைகள்	minAS,kuln-Ar,thilshath AkiyOr enathu thangkaikaL
11. They are more intelligent than me.	அவர்கள் என்னை விட புத்திசாலிகள்	avarkaL ennaivida puththisAlikaL
12. My aim in life is to be a scientist.	விஞ்ஞானியாகவேண்டும் என்பது தான் என் வாழ்வின் லட்சியம்	vinjnjAniyAka vENdum enpathuthAn en vAzvin ladsiyam
13. I go to school bybicycle.	நான் சைக்கிளில் பள்ளிக்குப் போகிறேன்	n-An saikkiLil paLLikkup pOkiREn
14. I get up somewhat late in the morning.	நான் காலையில் சிறிது தாமதமாக எழுந்திருக்கிறேன்	n-An kAlaiyil siRithu thAmathamAka ezun-thirukkiREn
15. I know, this is a	இது கெட்டப் பழக்கம்	ithu keddap pazakkam

bad habit.	என்று எனக்குத் தெரியும்	enRu enakkuth theriyum
16. I am ashamed of it.	நான் இதற்காக வெட்கப்படுகிறேன்	n-An ithaRkAka vedkappadukiREn
17. Really, I am helpless.	உண்மையிலேயே நான் உதவியற்று இருக்கிறேன்	uNmaiyilEyEn-An uthaviyaRRu irukkiREn
18. I intend to improve my habit.	நான் என் பழக்க த்தை மேம்படுத்த விரும்புகிறேன்	n-An en pazak kaththai mEmpadu ththa virumpukiREn
19. I hope, I will overpower it.	நான் இதை மேம்படுத்தி விடுவேன் என்று நம்புகிறேன்	n-An ithai mEmpadu ththi viduvEn enRu n-ampukiREn
20. I seek the help of my family members to eradicate this evil.	இந்த சீர்கேட்டை ஒழிக்க நான் என் குடும்ப உறுப்பினர் களின் உதவியை நாடுகிறேன்	in-tha sIrkEddai ozikka n-An en kudumpa uRuppinarkaLin uthaviyai n-AdukiREn
21. I take a bath and thank God for his grace.	நான் குளித்துவிட்டு. கடவுளின் கருணைக்காக அவருக்கு நன்றி செலுத்துகிறேன்	n-An kuLiththu viddu, kadavuLin karuNai kkAka avarukku n-anRi seluththukiREn
22. I have some pen friends too.	எனக்கு சில பேனா நண்பர்களும் இருக்கிறார்கள்	enakku sila pEnA n-aNparkaLum irukkiRArkaL
23. I write to them now and then.	நான் எப்பொழுதாவது எழுதுவேன்	n-An eppozuth Avathu ezuthuvEn
24. I respect my elders and love my youngers.	நான் எனக்கு மூத்தவர் களை மதிக்கிறேன். இளையவர்களை விரும்புகிறேன்	n-An enakku mUththa varkaLai mathikkiREn, iLaiyavarkaLai virumpukiREn
25. My mother-tongue is Marathi, but I know Hindi also.	எனது தாய்மொழி மராட்டி ஆனால் எனக்கு ஹிந்தியும் தெரியும்	enathu thAymozi marAddi,AnAl enakku hin-thiyum theriyum
26. I shall stay in Delhi for two days more.	நான் இன்னும் இரண்டு தினங்கள் டெல்லியில் தங்குவேன்	n-An innum iraNdu thinangkaL delliyil thangkuvEn
27. I will visit Red Fort, Qutab Minar, Jama Masjid, Dargar-e-Nizamuddin and Birla Mandir	நான் செங்கோட்டை, குதுப் மினார், ஜாமா மஸ்ஜித். தர்கா-இ-நிஜாமுதீன். பிர்லா மந்திர் ஆகியவற்றை	n-An sengkOddai,kuthup minAr,jAmA maSjith, tharkA-i-nijAmuthIn, pirlA man-thir Akiyava

	சென்று பார்ப்பேன்	RRai senRu pArppEn
28. First of all, I am an Indian. I love all my countrymen.	எல்லாவற்றிற்கும் முன்னால் நான் ஒரு இந்தியன். நான் என் நாட்டினர்அனைவரையும் விரும்புகிறேன்	ellAvaRRiRkum munnAl n-An oru in-thiyan.n-An en n-Addinar anaivaraiyum virumpukiREn
29. I want to be a useful citizen of my nation.	நான் நாட்டிற்கு பயனுள்ள குடி மகனாக இருக்க விரும்புகிறேன்	n-An n-AddiRku payanuLLa kudima kanAka irukka virumpukiREn
30. I shall go to England for further studies this year.	நான் இந்த ஆண்டு மேற்படிப்புக்காக இங்கிலாந்து போவேன்	n-An in-tha ANdu mERpadippukkAka ingkilAn-thu pOvEn
31. I don't believe in formality.	எனக்கு சடங்கு சம்பிரதாயங்களில் நம்பிக்கை இல்லை	enakku sadangku sampirathAyangkaLil n-ampikkai illai
32. I cordially thank you very much for your hospitality.	உங்களுடைய உபசாரத்திற்கு என் மனப்பூர்வமான நன்றி	ungkaLudaiya upasAraththiRku en manappUrvamAna n-anRi
33. Finally, I hope youwill overlook my faults.	முடிவாக, நீங்கள் என் தவறுகளை மன்னித்து விடுவீர்கள் என்று நம்புகிறேன்	mudivAka,n-IngkaL en thavaRukaLai manniththu vidumirkaL enRu n-ampukiREn
34. I wish to be always sincere to everyone.	நான் அனைவருக்கும் எப்பொழுதும் உண்மையாக இருக்க வேண்டும் என்று விரும்புகிறேன்	n-An anaivarukkum eppozuthum uNmaiyAka irukka vENdum enRu virumpukiREn

APPENDIX

பிற்சேர்க்கை

IDIOMS & PROVERBS

மரபு மொழிச் சொற்கள் மற்றும் பழமொழிகள்

IDIOMS மரபு மொழிச் சொற்கள்

1 தன்னந்தனியாக	thannan-thaniyAka	all alone அவன் தன்னந் தனியாக நடந்தான்
2 திரும்பத் திரும்ப	thirumpath thirumpa	again and again அதை திரும்பத் திரும்பச் சொல்லாதே
3 மனம் உடையச் செய்	manam udaiyas sey	break ones heart அவளை மனம் உடையச் செய்து விட்டாய்
4 தெய்வாதீனமாய்	theyvAthInamAy	by accident ராமு தெய்வாதீனமாய் பிழைத்தான்
5 தீப்பிடி	thIppidi	catch fire விஷயம் தீப்பிடிக்கச் செய்து விட்டாயே ?
6 தற்செயலாக	thaRseyalAka	by chance தற்செயலாக நடந்தது
7 என்னவானாலும்	ennavAnAlum	at all costs என்னவானாலும் செய்தே தீருவேன்
8 இரண்டொரு நாட்களில்	iraNdoru n-AdkaLil	in a day or two இரண்டொரு நாட்களில் தெரிந்து விடும்
9 கூடியமட்டில் பாடுபடு	kUdiyamaddil pAdupadu	do one's best வெற்றி பெற கூடிய மட்டில் பாடுபடு கிறோம்
10 தலைகீழாக	thalaikIzAka	upside down நிலைமை தலை கீழாக மாறிவிட்டது
11 மிச்சம் மீதி	missam mIthi	odds and ends மிச்சம் மீதியின்றி முடித்து விட்டான்
12 விதிவிலக்கின்றி	vithivilakkinRi	without exception விதிவிலக்கின்றி எல் லோரும்செய்யவேண்டும்

13 அழகு காட்டு	azaku kAddu	make (a) face
		குழந்தை அழகு காட்டுகிறது
14 முதன்முதலாக	muthanmuthalAka	first of all
		முதன்முதலாக இதைத் தொடங்கியவர் யார்?
15 கோபாவேசம் கொள்	kOpAvEsam koL	fly into temper
		கோபாவேசம் கொள்வது நல்லதல்ல
16 அமலுக்கு வா	amalukku vA	come into force
		அமலுக்கு வந்த பிறகு பார்ப்போம்
17 முன்னும் பின்னும்	munnum pinnum	backwards and forwards
		முன்னும் பின்னும் அலையாதே
18 உச்சி முதல் உள்ளங்கால் வரை	ussi muthal uLLangkAl varai	from top to bottom
		உச்சி முதல் உள்ளங்கால் வரை சோதித்து விட்டோம்
19 பிடி	pidi	get hold of
		பிடி கொடுக்காதே
20 ஒன்றுக்கும் உதவாத	onRukkum uthavAtha	good for nothing
		ஒன்றுக்கும் உதவாத பொருள் எதற்கு ?
21 உடந்தையாக	udan-thaiyAka	hand in glove
		அவன் உடந்தை யாக இருந்தான்
22 ஒன்றுகூடி	onRukUdi	hand in hand
		ஒன்றுகூடி பேசினார்கள்
23 வெட்கித் தலைகுனி	vedkith thalaikuni	hang one's head
		இதற்கு வெட்கித் தலைகுனிய வேண்டும்
24 ஒளிவு மறை வின்றிப் பேசு	oLivu maRai vinRip pEsu	speak from one's heart
		ஒளிவு மறை வின்றிப் பேசுவது நல்லது
25 நோய்வாய்ப்படு	n-OyvAyppadu	be taken ill
		அவர் நோய்வாய்ப் பட்டுள்ளார்
26 இடங்கொடு	idangkodu	make room
		அதற்கு இடங் கொடுத்து விடாதே

27 சுலபத்தில் தீர்த்துக் கட்டு	sulapaththil thIrththuk kaddu	make a short work of அதை சுலபத்தில் தீர்த்துக் கட்டி விடலாம்
28 கிட்டத்தட்ட	kiddaththadda	more or less கிட்டத்தட்ட நெருங்கி விட்டோம்
29 மேன்மேலும்	mEnmElum	more and more மேன்மேலும் வளர வேண்டும்
30 மறுபடி	maRupadi	once more மறுபடியும் அதைச் செய்யாதே
31 குறையாமல்	kuRaiyAmal	no less than பத்துக்குக் குறையாமல் வாங்கு
32 இப்பொழுதே	ippozuthE	here and now இப்பொழுதே சொல்லி விட்டேன்
33 அவ்வப்பொழுது	avvappozuthu	now and then அவ்வப்பொழுது கேட்காதீர்கள்
34 இப்பொழுது	ippozuthu	just now இப்பொழுதுதான் முடிந்தது
35 பதிலாக	pathilAka	instead of அவனுக்கு பதிலாக இவனை அனுப்பு
36 இருந்தும்	irun-thum	inspite of பணம் இருந்தும் பயனில்லை
37 மூலமாக	mUlamAka	by means of யார் மூலமாக வந்தான் ?
38 புறமுதுகு காட்டி ஓடு	puRamuthuku kAddi Odu	turn one's back on புறமுதுகு காட்டி ஓடிவிடு
39 கால்நடையாக	kAln-adaiyAka	on foot கால்நடையாகயாகப் போக முடியாது
40 மீண்டும் மீண்டும்	mINdum mINdum	over and over மீண்டும் மீண்டும் செய்யாதீர்கள்

PROVERBS பழமொழிகள்

1. ஒன்றுபட்டால் உண்டு வாழ்வு.	onRupaddAl uNdu vAzvu.	Union is strength
2. நோயற்ற வாழ்வே குறைவற்ற செல்வம்.	n-OyaRRa vAzvE kuRaivaRRa selvam.	Health is wealth
3. வல்லான் வகுத்ததே வாய்க் கால்.	vallAn vakuththathE vAyk kAl.	Might is right.
4. வாய்மையே வெல்லும்.	vAymaiyE vellum.	Honesty is the best policy
5. மனமிருந்தால் மார்க்கமுண்டு.	manamirun-thAl mArkkamuNdu.	Where there is a will there is a way
6. பணம் பத்தும் செய்யும்.	paNam paththum seyyum.	Money makes the mare go
7. கழுதைக்குத் தெரியுமா கற்பூர வாசனை.	kazuthaikkuth theriyu mA kaRpUra vAsanai.	To cast pearls before a swine.
8. பூனை கண்ணை மூடிக் கொண்டால் பூமி இருண்டு விடாது.	pUnai kaNNai mUdik koNdAl pUmi iruNdu vidAthu.	The doom's day
10. நிறைகுடம் நீர் தளும்பாது,குறைகுடம் கூத்தாடும்.	n-iRaikudam n-Ir thaLu mpAthu, kuRaikudam kUththAdum.	An empty vessel makes much noise.
11. தான் ஆடா விட்டா லும் தன் சதை ஆடும்.	thAn AdA viddAlum than sathai Adum.	Blood is thicker than water.
12. வினை விதைத்தவன் வினை அறுப்பான், தினை விதைத்தவன் தினை அறுப்பான்.	vinai vithaith thavan vinai aRuppAn, thinai vithaiththavan thinai aRuppAn.	As you sow, so shall you reap.
13. அகத்தின் அழகு முகத்தில் தெரியும்.	akaththin azaku mukaththil theriyum.	Handsome is he that handsome does
14. தலைவலியும் தனக்கு வந்தால் தான் தெரியும்.	thalaivaliyum thanakku van-thAl thAn theriyum.	The wearer best knows where the shoe pinches.
15. விதி வலியது.	vithi valiyathu.	Fate is inevitable.
16. யானை வரும் பின்னே,மணி ஓசை வரும் முன்னே.	yAnai varum pinnE,maNi Osai varum munnE.	Coming events cast their shadows.
17. பழிக்குப் பழி.	pazikkup pazi.	Tit for tat.
18. காற்றுள்ள போதே தூற்றிக் கொள்.	kARRuLLa pOthE thURRik koL.	Make hay while the sun shines.
19. பணம் பாதாளம் வரை பாயும்.	paNam pAthALam varai pAyum.	Riches have wings.

TAMIL-ENGLISH DICTIONARY

தமிழ்-ஆங்கிலம் அகராதி

CLASSIFIED GLOSSARY
வகைப்படுத்தப்பட்ட அருஞ்சொல்லகராதி

1.Relations உறவுமுறைகள்

தாய் தந்தையரின் சகோதரர்	uncle
தாய் தந்தையரின் சகோதரி	aunt
தாய் தந்தையரின் சகோதரர்களின் மகன்(அ) மகள்	cousin
மச்சான்	brother-in-law
நாத்தனார், மைத்துனி	sister-in-law
தத்துப் பையன்	adopted son
தாத்தா	grand father
பாட்டி	grand mother
மருமகன்	son-in-law
பேரன்	grand son
பேத்தி	grand daughter
கணவன்	husband
மனைவி	wife
தந்தை	father
மகன்	son
மகள்	daughter
பிரியமானவர்	beloved
காதலர்	lover
சகோதரி	sister
சகோதரியின் கணவர்	brother-in-law
சகோதரனின் மகன்	nephew
சகோதரனின் மகள்	nice
அம்மா	mother
மாமா	maternal uncle
மாமி	maternal aunt
வைப்பாட்டி	kept
வாரிசு	heir
சிஷ்யன்	pupil
மாமனார்	father-in-law
மாமியார்	mother-in-law
மாற்றாந் தாய்க்குப் பிறந்த	step

2.Domestic Articles
வீட்டு உபயோகப் பொருட்கள்

அலமாரி	almirah
அங்குஸ்தான்	thimble
கண்ணாடி	mirror
உரல்	mortar
இரும்பு	iron
எரிபொருள்	fuel
வாணலி	frying pan
அகப்பை, கரண்டி	ladle
அடுப்பு	hearth
படுக்கை விரிப்பு	bed sheet
சிம்னி	chimney
துடைப்பம்	broom
ஊஞ்சல்	swing
தடி	stick
குடை	umbrella
சிலந்திக் கூடு	cobwed
தகரப்பெட்டி	canister
சீப்பு	comb
காகிதம்	paper
புத்தகங்கள்	books
கோடாலி	axe
கொப்பரை	kettle
கூடை	basket

மேஜை	desk
பெட்டி	box
மூடி	lid
வாளி	bucket
தலையணை	pillow
சோப்	soap
ஸ்டூல்	stool

3.Stationary
எழுது பொருட்கள்

நாளிதழ்	Newspaper
எழுதுகோல்	pen
குடுவை	bottle
காகிதம்	paper
கம்பி	wire
மைக்கூடு	ink pot
எழுதுகோல்	pencil
வரைபடம்	map
உறிஞ்சு தாள்	blotting paper
ரப்பர் முத்திரை	rubber stamp
கார்பன் தாள்	carbon paper
தபால் தலை	postage stamp

4.Parts of the Body
உடல் பாகங்கள்

கால் விரல்	toe
கை விரல்	finger
கட்டை விரல்	thumb
கண்	eye
குடல்	intestine
குதிகால்	heel
உதடு	lip
தோள்	shoulder
கன்னப் பொறி	temple
இடுப்பு	waist
மணிக்கட்டு	wrist
காது	ear
சிறு விரல்	little finger
அக்குள்	armpit
முழங்கை	elbow
மண்டை ஓடு	skull
கணுக்கால் எலும்பு	ankle bone
உறுப்பு	limb
கழுத்து	neck
கருப்பை	womb
கருப்பை	uterus
மீசை	whiskers
தொண்டை	throat
கன்னம்	cheek
நாக்கு	tongue
மூட்டு	joint
முகவாய்	chin
கணுக்கால்	ankle
சுட்டு விரல்	index finger
அண்ணம்	palate
மண்ணீரல்	spleen
பற்கள்	teeth

5. Ailments உபாதைகள்

தொழுநோய்	leprosy
மலச்சிக்கல்	constipation
நீர்ம விரை வீக்கம்	hydrocel
கண் பார்வையின்மை	blindness
அஜீரணம்	indigestion
அமிலத் தன்மை	acidity
வயிற்றுப் போக்கு	diarrhoea
கிரந்தி	syphlis
ஒற்றைத் தலைவலி	migrain
பக்கவாதம்	paralysis
எலும்பு முறிவு	fracture
குமட்டல்	nausea
புட்டாளம்மை	mumps
சளி	phlegm

வாந்தி	vomiting
புற்றுநோய்	cancer
மணல்வாரி அம்மை	measles
மயக்கம்	giddiness
அடிபடுதல்	hurt
தும்மல்	sneeze
நீர்க்கோவை	dropsy
ஜலதோஷம்	bad-cold
குளிர்க் காய்ச்சல்	ague
ஜூரம்	fever

6.Clothes & Wearing
உடைகள்

கைக்குட்டை	napkin
போர்வை	blanket
சட்டை	shirt
சால்வை	shawl
வேட்டி	dhoti
திரைச் சீலை	curtain
பைஜாமா	payjama
பாவாடை	petticoat
கவுன்	gown
பாவாடை	skirt
காலுறைகள்	socks
துவாலை	towel
கையுறைகள்	gloves

7.Ornaments ஆபரணங்கள்

மோதிரம்	ring
காதணி	ear ring
கங்கணம்	bracelet
மூக்குத்தி	nose ring
செருப் பூசி	broach
சங்கிலி	chain
காப்பு	armlet
ஆரம்	necklace

8.Flowers,Fruits & Vegetables
பூ, பழம் மற்றும் காய்கறிகள்

திராட்சை	grapes
அத்திப்பழம்	fig
அக்ரூட்	walnut
மாதுளை	pomegranate
கொய்யா	guave
தேங்காய்	coconut
ஆரஞ்சு	orange
எலுமிச்சை	lemon
பப்பாளி	papaya
மாங்காய்	mango
பூவரசு	tulip
ரோஜா	rose
மல்லிகை	jasmine
குண்டு மல்லி	round jasmine
சூரியகாந்தி	sun flower
பசளைக் கீரை	spinage
புதினா	mint
பூசணிக்காய்	pumpkin
பாகற்காய்	bitter gourd
கேரட்	carrot
நூல்கோல்	knolkhol
வெங்காயம்	onion

9.Minerals தாதுக்கள்

நிலக்கரி	coal
வெள்ளி	silver
தாமிரம்	copper
பாதரசம்	mercury
பித்தளை	brass
தகரம்	tin
ஈயம்	lead
இரும்பு	iron

10. Cereals & Eatables
உணவுப் பொருட்கள்

மாவு	flour
ஏலக்காய்	cardamam
வற்றல்	comfit
காபி	coffee
ஐஸ்கிரீம்	ice-cream
மிளகு	pepper
கேக்	cake
கேசரிப் பவுடர்	saffron
கருப்பட்டி	jaggery
கோதுமை	wheat
சட்னி	sauce
பாலாடைக்கட்டி	cheese
பால்	milk
மது	wine

11. Occupation அலுவல்கள்

முகவர்	agent
பொறியியல் நிபுணர்	engineer
நடிகர்	actor
வழக்கறிஞர்	advocate
ஏவலாள்	orderly
கலைஞன்	artist
கவிஞன்	poet
தொழிலாளி	artisan
உழவன்	farmer
குயவன்	potter
சுமை தூக்குபவன்	porter
படகோட்டி	boat man
அச்சிடுபவர்	printer
சிற்பி	sculptor
பொக்கிஷதாரர்	cashier
எண்ணெய் வியாபாரி	oilman
தையல்காரன்	tailor
தரகர்	broker

12. Animals மிருகங்கள்

ஒட்டகம்	camel
ஆமை	turtle
நத்தை	snail
முதலை	allegator
சிறுத்தைப் புலி	panther
எலி	rat
சுண்டெலி	mole
ஒட்டகச் சிவிங்கி	giraffe
பல்லி	lizard
சில்வண்டு	cricket
வரிக்குதிரை	zebra
மட்டக் குதிரை	pony
சிறுத்தை	leopard
குளவி	wasp
எருமை மாடு	buffalo
சிலந்தி	spider
கொசு	mosquito
மீன்	fish

13. Birds (பறவைகள்)

முட்டை	Egg
ஆந்தை	owl
புறா	pigeon
குயில்	cuckoo
காக்கை	crow
கழுகு	eagle
வல்லூரு	vulture
குருவி	sparrow
கூடு	Nest
வாத்து	duck
காடை	quail
ராஜாளி	hawk
சேவல்	cock
கோழி	hen
மயில்	peacock

SOME IMPORTANT TAMIL VERBS

சில முக்கிய தமிழ் வினைச் சொற்கள்

அகப்படு	get hold off
அகட்டு	keep apart
அகழ்	excavate
அகற்று	remove
அங்கீகரி	approve
அதட்டு	instruct
அடி	beat
அடை	achieve
அணுகு	approach
அணை	hug
அதிர்	get shocked
அமர்	sit
ஆக்கிரமி	occupy
ஆக்கு	produce
ஆடு	dance
ஆணையிடு	order
ஆதரி	support
ஆஜராகு	be present
ஆற்று	carry out
இசை	accept
இடம்கொடு	give place to
இடம்பெறு	find a place
இடி	collapse
இயக்கு	operate
இணங்கு	accept
இம்சி	give trouble
இயற்று	execute
இரு	be there
இருமு	cough
இழு	pull
இறங்கு	get down
ஈடுகொடு	match up
ஈடுபடு	involve
ஈட்டு	get
ஈன்றெடு	give birth to
உட்கார்	sit
உட்கொள்	consume
உட்படு	be within
உடன்படு	agree
உடை	break
உண்	eat
உண்டாக்கு	produce
உணர்த்து	make realize
உதவு	help
உபசரி	play host
உரி	peel
ஊசலாடு	swing
ஊட்டு	put into the mouth
ஊக்குவி	encourage
ஊது	blow
ஊற்று	pour
ஊன்று	plant firmly
எக்களி	rejoice
எகிறு	jump
எட்டிப்பார்	drop in
எச்சரி	warn
எடை போடு	evaluate
எடு	take
எடுத்துக் காட்டு	show
எண்ணு	count
எதிர்	oppose
எழுந்திரு	stand up
ஏமாறு	get disappointed
ஏவு	let loose

ஏற்று	laod in	சீர்செய்	repair
ஒட்டு	paste	சூட்டு	crown
ஓடு	run	செல்	go
ஒடுக்கு	supress	செய்	do
ஒடுங்கு	become thin	சேகரி	collect
ஒத்துப்போ	agree	சொல்	tell
ஒத்துழை	cooperate	ஞாபகப்படுத்து	remember
ஒப்புக் கொள்	accept	தக்கவை	retain
ஒருங்கிணை	unify	தட்டு	knock
ஒழி	abolish	தாண்டு	jump
ஒன்றுபடு	get united	தலையாட்டு	nod
ஓங்கு	raise	தவறவிடு	miss
ஓட்டு	drive	தள்ளு	push
ஓலமிடு	cry	தாக்கு	attack
கட்டு	bind	தாலாட்டு	lullabies
கட்டுப்படு	be bound	திட்டு	abuse
கடத்து	smuggle	திருடு	steal
கடி	bite	திரையிடு	cover
கடைப்பிடி	follow	துண்டி	disconnect
கண்காணி	watch	தூக்கு	lift
கண்டுகொள்	identify	தேடு	search
கண்டுபிடி	discover	தொங்கு	hang
காட்டு	show	தொடு	touch
காப்பாற்று	save	தொடர்	continue
காதலி	love	தொலை	disappear
குடியேறு	emigrate	தோண்டு	dig
குத்து	punch	நசுக்கு	crush
குவி	heap up	நகர்	move
குழப்பு	confuse	நட	walk
குறை	decrease	நில்	stop
கூப்பிடு	call	நீக்கு	remove
சம்மதி	consent	நுழை	enter
சண்டையிடு	fight	பகிர்	share
சமர்ப்பி	submit	படி	read
சரிசெய்	repair	படு	lay down
சாப்பிடு	eat	பாடு	sing
சிணுங்கு	whine	பராமரி	look after
சிதறு	break into pieces	பரிசோதி	check
		பாடுபடு	work hard

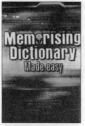

PERSONALITY DEVELOPMENT

Great Words Win Hearts
Author: Dr. Ujjwal Patni
Rs. 150

Winners & Losers
Author: Dr. Ujjwal Patni
Rs. 150

Network Marketing Join Add Win
Author: Dr. Ujjwal Patni
Rs. 190

Why Network Marketing
Author: Surya Sinha
Rs. 150

Learn To Sayl Love You
Author: Surya Sinha
Rs. 150

Science of Mind Simplified
B. K. Chandra Shekhar
Rs. 125

Invisible Doctor
Author:B.K. Chandra Shekhar
Rs. 125

Why Women Are What They Are
Author : Swati Lodha
Rs. 195

A guide to Network Marketing
Author: Surya Sinha
Rs. 100

Come on! Get Set Go
Author : Swati - Shailesh Lodha
Rs. 195

**Power to Write
your Own Desting**
Author: Ashok Indu
Rs. 125

Success in Exams
Author : Vijay Anand
Rs. 75

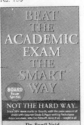

**Beat The Academic
Exam The Smart Way**
Author: Dr. Sunil Vaid
Rs. 50

**Beat The Entrance
Exam The Smart Way**
Author: Dr. Sunil Vaid
Rs. 50

**Beat Exam The
Smart Way**
Author: Dr. Sunil Vaid
Rs. 150

100% Success in Exams
Author : Tarun chakarborty
Rs. 75

DIAMOND BOOKS
X-30, Okhla Industrial Area, Phase-II, New Delhi-110020,
Phones : 41611861- 65, 40712100, Fax: 011- 41611866
E-mail : Sales@dpb.in, Website: www.dpb.in

PERSONALITY DEVELOPMENT

Management Guru Bhagwan Shri Ram
Author: Dr. Sunil Jogi
Rs. 95

Management Guru Hanuman
Dr. Sunil Jogi
Rs. 95

Management Guru Chankya
Author: Himanshu Shekhar
Rs. 95

Gandhi and Management
Author: Dr. Pravind Shukl
Rs. 95

Management Guru Ganesha
Author: B.K. Chandrashekhar
Rs. 125

Unlock the Doort to Success
Author: Ashok Jain
Rs. 125

Secrets Of Success Through Bhagwadgeeta
Author : Kapil Kakkar
Rs. 95

Time Management
Author: Dr. Rakha Vyas
Rs. 125

Be An Achiever
Author: K G Varshney
Rs. 95

Power of PositiveThinking
Author : G.D.Budhiraja
Rs. 95

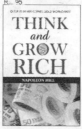

Think And Grow Rich
Author: Napoleon Hill
Rs. 100

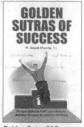

Golden Sutra Of Success
Author : P. Gopal Sharma
Rs. 95

Dare to Dream Dare to Excel
Author : Dr. H. Devsre
Rs. 95

Yes You Can
Dr. Harikrishan Devsare
Rs. 95

Tips of Success
Author : Sunil Jogi
Rs. 95

Success Is Not By Chance
Author: Ashok Indu
Rs. 95

DIAMOND BOOKS X-30, Okhla Industrial Area, Phase-II, New Delhi-110020,
Phones 41611861- 65, 40712100 Fax 011- 41611866
E-mail . Sales@dpb.in, Website www.dpb.in